ÀWỌN ÌPÌLẸ̀ ÌGBÀGBỌ́

AÌSÁYÀ 58 ILÉ ÌKỌ́NI ALÁGBÈÉKÁ

ALL NATIONS INTERNATIONAL

Translated by
ADIGUN JOSEPH OLUWASEGUN

Awọn Ìpìlẹ Ìgbàgbọ́
Àìsáyà 58 Ilé Ìkọ́ni Alágbèéká

Foundations of Faith - Yoruba
© All Nations International 2020

All rights reserved. Isaiah 58 Mobile Training Institute is available for use in training programs. For more information, order additional copies:

email: is58mti@gmail.com
contact us: www.all-nations.org
online course: is58mit.org

Scripture quotations are taken from the Yorùbá Bibeli (YCE)

Cover Art: Julian V. Arias and Eve L.R. Trinidad
ISBN: 978-1-950123-51-3

We dedicate this manual:

To those who wanted to know... but never had a teacher.

To those who looked for the vision... so that they could run with it.

To those who want to know "What's Next?"

To those who knew they were teachers... but did not know what to teach.
To those who are looking for Christ in Us the Hope of Glory!

May this manual reveal to you Jesus Christ and

May the peace that He has ordained for you be with you always.

ATỌKA AKOONU

Oro Akoso   vii
Ọrọ Iṣaaju   ix

1. Àwọn Ìpìlẹ Ìgbàgbọ́ — 1
2. Tani Ọlọrun? — 5
   Agbeyẹwo: Tani Ọlọrun? — 11
3. Kini idi ti Ọlọrun Fi Da Eniyan? — 13
   Agbeyewo: Kini Idi Ti Ọlọrun Fi Da Eniyan? — 19
4. Kíni Ẹṣẹ? — 21
   Agbeyẹwo: Kini Ẹṣẹ? — 29
5. Ta Ni Jésù? — 33
   Agbeyẹwowo: Ta Ni Jésù? — 37
6. Kini ironupiwada? — 39
   Agbeyẹwo: Kini Ironupiwada? — 43
7. Kini Igbala? — 45
   Agbeyẹwo: Kini Igbala? — 51
8. Kini Itẹbọmi omi? — 53
   Agbeyewo: Kini Itẹbọmi Omi? — 61
9. Tani Ẹmi Mimọ? — 63
   Agbeyẹwo: Tani Ẹmi Mimọ? — 67
10. Kini Baptismu Ẹmi Mimọ? — 69
    Agbeyẹwo: Kini Baptismu ti Ẹmi Mimọ? — 75
11. Kini Mo Gbọdọ Ṣe Lati di Gbigbala? — 77
12. Lọ Sọ Di Ọmọ-ẹhin — 81

Agbeyẹwo: Lọ Sọ Di Ọmọ-ẹhin   87
Kọkọrọ Agbeyẹwo   89
Ìse Ìdámọ̀n   93

ORO AKOSO

Ní ọdún 1954, Ọlọrun fun Rev. Agnes I. Numer ni iṣipaya Aisaya 58. O sọ fun un, "Eyi ni ète Mi, fun Ijọ Mi, fun igba ìkẹyìn." O fi awọn ọkọ ofurufu hàn án, awọn ọkọ ojú-irin, awọn ilé-ìkọ́jàsí, awọn ibùdó ìkọ́ni, awọn ibùdọ́ fun àtìpó, oúnjẹ pinpin ati ọpọlọpọ ohun miiran.

Rev. Numer se àgbékalẹ̀ awọn ibùdó ìkọ́ni nibi ti awọn adarí ti ń gba ìran, ireti, ète ati awọn ilana aatẹle Ijọba Ọlọrun. Awọn adari naa fi awọn ilana aatẹle naa sinu iṣe pẹlu ìtara ninu awọn iṣẹ-ìránṣẹ́ kaakiri agbaye. Ọlọrun ti jẹ Jehovah Jireh wọn.

Ọlọrun tun fi ile-ẹkọ iṣẹ-iranṣẹ ti yoo pín awọn ilana aatẹle Ijọba Rẹ wọnyi pẹlu awọn orilẹ-ede han Rev. Agnes I. Numer. Ilé Ìkọ́ni Alágbèéká Àìsáyà 58 nnì ti di wíwà lori ayélujára, ni ìwé títẹ̀, ìwe ori kọmputa ati APP.

Ẹ seun.

Gbogbo Orílẹ̀-èdè dé Orílẹ̀-èdè

> *Habakuku 2:2 Oluwa si da mi lohùn, o si wipe, Kọ iran na, ki o si hàn a lara wàlā, ki ẹniti nkà a, le ma sare.*
>
> *3 Nitori iran na jẹ ti ìgbà kan ti a yàn, yio ma yára si*

ìgbẹ̀hìn, kì yio si ṣeke, bi o tilẹ̀ pẹ, duro dè é, nitori ni dide, yio de, kì yio pẹ.

2 Timotiu 2:2 Ati ohun wọnni ti iwọ ti gbọ́ lọdọ mi lati ọwọ ọ̀pọ̀lọpọ̀ ẹlẹri, awọn na ni ki iwọ fi le awọn olõtọ eniyan lọwọ, awọn ti yio le mã kọ́ awọn ẹlomiran pẹlu.

Rev. Agnes I. Numer, ti a tun mọn si "Mama Teresa Amerika" nnì jade laye ni ọjọ kẹtadinlogun osu keje, 2010 ni ẹni ọdun marundinlọgọrun. O fi ọpọlọpọ ogun to wunilori sílẹ̀ sáyé lọ.

ỌRỌ IṢAAJU

Bí a tí nrin ìrìn-àjò káàkiri àgbáyé, a ń rí àwọn olùṣọ́-àgùtàn àti àwọn olùdarí tí wọn ń ní ìjàgùdù pẹ̀lu, "Kini wọn o kọ awọn eniyan wọn." Bóyá wọn kò ní ìkẹ́kọ̀ọ́ Ile-iwe Bibeli ri... ipá wọn si le ma káa titi lai.

Ekún wa ni pe Ọlọrun yoo ka èyí si ọ... pe yoo fi Ihinrere Rẹ si ọkan rẹ, pe Oun yoo kọ́ ọ, ati pe iwọ yoo ni iriri ominira, alafia, agbara ati ipá lati ṣafihan Ifẹ Rẹ si awọn Orilẹ-ede.

Jẹ ki gbogbo wa ṣiṣẹ pọ nigba ti akoko wa.... Ki Oun nikan baà le di iṣelogo.

Jẹ ki Jesu mu ọ lọ si Awọn Orilẹ-ede....

"A o si wasu ihinrere ijọba naa ni gbogbo agbaye lati ṣe ẹri fun gbogbo orilẹ-ede; nigbana li opin yio si de. Mátíù 24:14

Ori 1
ÀWỌN ÌPÌLẸ̀ ÌGBÀGBỌ́

Nigba ti a ba gbiyanju lati ṣalaye ẹni ti Ọlọrun jẹ, a sáábà máa ń bá ìṣòro kan pàdé: Ninu ayé ti òde òní, ọpọlọpọ awọn eniyan ló ń lọ si ile ijọsin, ṣugbọn wọn ko mọ pe Ẹ̀dá Alailopin tí àwọn ń sìn kii ṣe iṣẹ̀dá èro orí wa lasan, ti o jinna. Dípo bẹ́ẹ̀, Òun jẹ́ Aṣẹ̀dá Onífẹ̀ẹ́ ti o bikita fun gbogbo wa ati fun ẹnikọ̀ọkan wa ati ẹniti o n ṣe afihan Ifẹ Rẹ ni awọn ọna tó seé rí, to dájú gan-an.

Gẹgẹbi olusọ-agutan, o tún leè ní ìrírí àwọn eniyan ti o tako otitọ pe Ọlọrun wa nitootọ ati pe a ṣẹda wa ni Aworan Rẹ. Ọlọrun farahan ninu Majẹmu Lailai gẹgẹ bi Ọlọrun Abrahamu, Isaaki, ati Jakọbu. Òun ni Ọlọrun tí ó ń fi iná dahun. Oun ni Ọlọrun ti ko yipada ati titi lai. Oun ni Ọba gbogbo àwọn Ọba.

Ni olúborí, ọna kan ṣoṣo lati mọ̀n Ọ́n ni lati mọ̀n Ọ́n fun ẹni ti Ó jẹ - kii ṣe ẹniti a fẹ ki Ó jẹ.

Nitorinaa, ninu ẹkọ iṣafihan kukuru yii, a ó fun ọ ni awọn ọna lati ṣafihan awọn eniyan si Ọlọrun ati eniyan Rẹ. Àlàkalẹ̀ ti a ti pese yoo fun ọ ni awọn fídíò kukuru ti o ṣe iranlọwọ lati ṣalaye awọn ilana Bibeli lori eyiti o le gbé ijiroro rẹ pẹlu awọn akẹkọ̀ọ́ rẹ kà. Ó jẹ́ ìrèti wa pé bi o ṣe nlo ilana ipilẹ yii Ọlọrun yoo fi Ara Rẹ hàn ọ.

Nini ifẹ lati ṣawari ẹniti Ọlọrun jẹ se pataki. Nigba miiran, a máa ń rò pe a ṣẹda Ọlọrun ni aworan wa, a si máa ń kuna lati mọ pe a ṣẹda wa ni aworan Rẹ. Ọlọrun farahan ninu Majẹmu Lailai gẹgẹ bi Ọlọrun Abrahamu, Isaaki, ati Jakọbu. Ó tún jẹ́ mímọ̀n bíi Ọlọrun tí ó ń fi iná dahun.

O ṣe pataki pe ki a mọn ẹni ti Ọlọrun jẹ ati pe Ó fẹ́ lati mu wa pada si ibasepọ ati idapo ti O ni pẹlu wa ni ibẹrẹ, ninu Ọgbà Edẹni. O fẹ ki a mọn Òun gẹgẹ́ bí ẹnikan ati tímọ́ntímọ́n. Gẹgẹ bi O ti ba Adamu ati Abrahamu rin, bẹẹni Baba Onífẹ̀ẹ́ Alailẹgbẹ yii fẹ ki ìwọ ati èmi ó mọn Òun gẹgẹ bi Òún ti jẹ́.

Bi a ṣe rii ninu Orin Dafidi 103:7, a kẹkọọ pe Ọlọrun "sọ awọn ọna Rẹ di mímọ̀n fun Mose, awọn iṣe Rẹ si awọn ọmọ Israeli."

Nipa kikọ awọn ọ̀rọ̀ ati awọn ibeere to wa ni isalẹ, a le bẹrẹ lati gba Ọlọrun laaye lati ṣafihan ara Rẹ si ọ. Ni apákan yii, iwọ yoo kọ awọn idahun si awọn ibeere to tẹ́lé wọnyi. Ireti wa ni pe bi o ṣe n rii idahun, **iwọ yoo ... mọn Ọlọrun.**

Àwọn ìbéèrè díẹ̀ tí a ó dáhùn:

- Tani Ọlọrun?

- Níbo ló ń gbé?
- Àwọ̀ wo ni Olorun?
- Tani Ọlọrun yan lati sojú fun ara Rẹ?
- Báwo ni Ọlọ́run ṣe múra àwọn ènìyàn Júù sílẹ̀?
- Kíni ìdí tí èyí fi se pàtàkì fún wa?

Ori 2
TANI ỌLỌRUN?

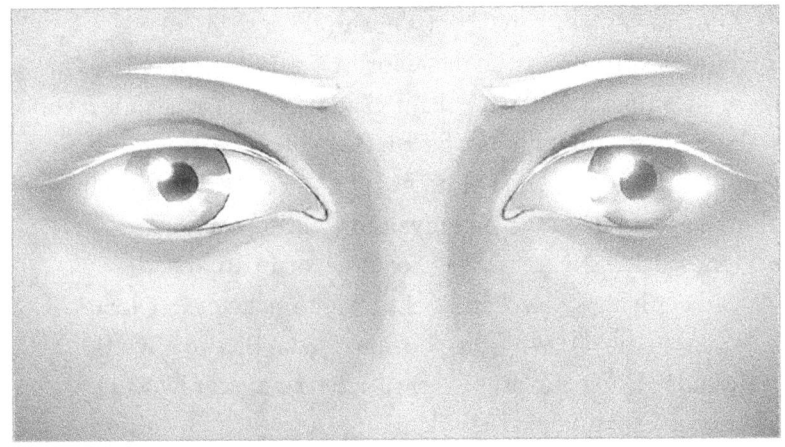

Ninu agbaye òde òní ọpọlọpọ ń lọ si ile ijọsin tí wọn kò sì mọn Ẹ̀dá Alailopin ti wọn n sìn. A máa ń rò pe a ṣẹda Ọlọrun ni aworan tiwa a kò sì mọ̀n pé **àwa ni a dá ní àwòran ti Rẹ**. Ọlọrun farahan ninu Majẹmu Lailai gẹgẹ bi Ọlọrun Abrahamu, Isaaki ati Jakọbu ati Ọlọrun ti o n fi ina dahun.

Ẹ jẹ ki a mọn Ọn fun ẹni ti O jẹ ... kii ṣe ẹniti a fẹ ki O jẹ

Ṣe ìwájinlẹ̀ lori awọn ọ̀rọ̀ ati awọn ibeere ìsàlẹ̀ yí **ki o si gba Ọlọrun laaye lati fi ara Rẹ han si ọ.**

Tani Ọlọrun?

Wo Fidio: Tẹ lati wo Fidio Jẹnẹsisi Isẹda tabi ki o lọ si: is58mti.org ati labẹ Awọn ẹka tẹ Awọn Àmúlò

Ọlọrun wà... kí á tó dá wa. Ọlọrun ti wà sáájú, Ó wà lọ́wọ́lọ́wọ́, yoo si wa titi lailai. Ọlọrun jẹ Ẹ̀dá Alailopin ti ko ni ibẹrẹ ati opin. Ọlọrun wa... ṣaaju ki a to ṣẹda wa ati pe Oun yoo wa nibi pẹ́ kánrin lẹhin ti a ba ku. Gẹgẹ bi a ti le è kà ninu Jẹnẹsisi, Ọlọrun ṣe, O da ohun gbogbo - ọrun ati aye, ati gbogbo ohun alāye. Olorun tun da eniyan ni aworan ara Rẹ.

Jẹnẹsisi 1:1, Ni atetekọṣe Ọlọrun da ọrun ati aye.

O da eniyan ni Aworan Rẹ. Eniyan ko ṣe aworan Ọlọrun.

Lo iṣẹju diẹ lati **wo fidio Jẹnẹsisi Iṣẹda.** Bi a ṣe n wo fidio yii rí titobi iṣẹda Ọlọrun ati bi O ti ṣe agbaye awọn irawọ awọn ọrun omi, Ọlọrun da ọ O si da mi.

Jẹnẹsisi 1: 26 Ọlọrun si wipe, Jẹ ki a dá eniyan li aworan wa, gẹgẹ bi ìrí wa: ki wọn ki o si jọba lori ẹja okun, ati lori ẹyẹ ojuọrun, ati lori ẹranko, ati lori gbogbo ilẹ, ati lori ohun gbogbo ti ńrákò lori ilẹ. 27 Bẹ̀li Ọlọrun dá eniyan li aworan rẹ̀, li aworan Ọlọrun li o dá a; ati akọ ati abo li o dá wọn.

A da eniyan ni aworan Olorun. Kini Aworan Rẹ? Kini iwa Rẹ ati bawo ni imọnlara Ọlọrun nipa awọn eniyan Rẹ ṣe rí? Kini imọnlara Ọlọrun nipa rẹ?

Ọlọrun ṣẹda ohun gbogbo fun idunnu Rẹ. O da ìwọ ati emi fun idunnu Rẹ. Ọlọrun tobi pupọ ati pe O tobi to lati gbe ninu ọkàn wa. Oun yoo gba akoko lati gbọ awọn ero wa ati awọn adura wa.

Ọlọrun n... jowú lori rẹ.

Ọlọrun fẹ èyí ti o dara julọ fun ọ. O mọn pe ẹṣẹ n fa iku ati iparun, idi nìyí ti O fi paṣẹ bi a ṣe n gbé ayé. Bibeli dabi iwe itọsọna. O jẹ ọrọ Rẹ ti a kọ fun eniyan. Fun eniyan lati ni oye awọn ọna Rẹ ati awọn aṣẹ Rẹ.

Eksodu 34:14 Nitoripe iwo ko gbọdọ sin ọlọrun miiran: nitori OLUWA, orukọ ẹniti jẹ Ijowu, Ọlọrun owú ni:

Ọlọrun jẹ... alaanu, oloore-ọfẹ, o lọra lati binu, O pọ ni aanu rere ati otitọ...

Eksodu 34:6 OLUWA si kọja niwaju rẹ, o si kede, Oluwa, Oluwa Ọlọrun, alãnu ati oloore-ọfẹ, onipamọra, ati ẹniti O pọ ninu ire ati otitọ,

Orin Dafidi 145:8 Oloore-ọfẹ li Oluwa, o kún fun ānu; o lọra lati binu, o si li ānu púpọ̀.

NIBO lon gbe?

Ọlọrun ngbe... ni ọ̀run ati ninu ọkàn wa.

Nigbati a ba beere lọwọ Jesu lati dariji wa ti awọn ẹṣẹ wa ti a si beere lọwọ Rẹ lati wa sinu ọkàn wa Oun yoo ṣe bẹ́ẹ̀. Ọlọrun ti ṣe wa fun didùn-inu ati ogo Rẹ, O fẹ ibaṣepọ to sunmọ pẹlu wa, eyi ni idi ti O fi dá wa ni ibẹrẹ.

Efesu 2: 21-22

21 Kristi pa ilé yi mọ́ pọ̀ o si n dagba si ile mimọ fun Oluwa. 22 Ẹ̀yin pẹ̀lú si tun n di ọkan ni apakan ibi ile yii nitori Ọlọrun ngbe inu rẹ nipa ẹmi Rẹ.

Ọlọrun ni... Ijọba tirẹ ati Orilẹ-ede tirẹ.

Ni ọ̀pọ̀ ìgbà ni awọn eniyan máa ń ro pe Ọlọrun dabi Baba awọn tabi awọn ọrẹ awọn. Oun kii ṣe. Ọlọrun ni aṣa ti ara rẹ, ọna tirẹ ti O fi ń fi èro ara Rẹ han. A ko ṣe ati pe a ko le ṣàkóso Rẹ. Oun ni Ọlọrun.

Luku 11:2 O si wi fun wọn pe, Nigbati ẹyin ba ngbadura, ẹ

mã wipe, Baba wa ti mbẹ li ọrun, Ki a bọ̀wọ̀ fun orukọ rẹ. Ki ijọba rẹ de. Ifẹ tirẹ ni ki a ṣe, bi ti ọrun, bẹni li aye.

Johanu 18:36 Jesu dahun pe, Ijọba mi kii ṣe ti aye yii:... ṣugbọn nisisiyi ijọba mi kii ṣe lati ibi yii.

AWỌ wo ni Ọlọrun?

Wo Fidio: "Àwọ̀ wo ni Ọlọrun?"
tabi ki o lọ si: is58mti.org ati labẹ Awọn Ẹka tẹ Awọn Àmúlò

Ọlọrun jẹ... ìmọ́lẹ̀ – ìmọ́lẹ̀ jẹ ifarahàn gbogbo awọn àwọ̀.
1 Johannu 1:5 Eyi si ni iṣẹ ti awa ti gbọ́ lẹnu rẹ̀ ti awa si njẹ́ fun yin, pe imọlẹ li Ọlọrun, òkùnkùn kò si sí lọdọ rẹ̀ rara.

Ọlọrun kii ṣe... funfun, búrànù, ofeefee tabi dudu.
Ọlọrun jẹ... gbogbo awọn awọ - GBOGBO eniyan ni a ṣe ni aworan Rẹ.

Nigbati a ba ri awọn aworan Ọlọrun wọn jẹ awọn èro ọkàn ti eniyan gbe jade. Ọrọ Ọlọrun sọ pe O da eniyan ni aworan Rẹ. Ko sọ iru ọkunrin wo, ṣugbọn gbogbo eniyan ni Ọlọrun ṣẹda ati ni aworan Rẹ.

Jẹnẹsisi 1:27 Bẹ̃li Ọlọrun dá eniyan li aworan rẹ̀, li aworan Ọlọrun li o dá a; ati akọ ati abo li o dá wọn.

Tani Ọlọrun? 9

TANI Ọlọrun yan lati jẹ aṣojú fun Araarẹ̀?

Ni ti itan-akọsilẹ **Ọlọrun yan...** Israeli, awọn eniyan Juu. Ọlọrun pese wọn silẹ fun ó lé ni ẹgbàajì ọdún(4,000) lati mu Ọmọ Rẹ Jesu, Mesaya naa wa si ilẹ-aye.

Diutarọnọmi 7:6 Nitoripe eniyan mímọ́ ni iwọ fun OLUWA Ọlọrun rẹ: OLUWA Ọlọrun rẹ ti yàn ọ́ lati jẹ́ eniyan ọ̀tọ̀ fun ara rẹ̀, jù gbogbo eniyan lọ ti mbẹ lori ilẹ.

Loni, *Ọlọrun yan...* awọn ti o ni eti lati gbọ

1 Peteru 2:9 Ṣugbọn ẹyin ni iran ti a yàn, olu-alufa, orílẹ̀-èdè mímọ́, eniyan ọ̀tọ̀; ki ẹyin ki o le fi ọla nla ẹniti o pè yin jade kuro ninu òkùnkùn sinu imọlẹ iyanu rẹ̀ hàn: 10 Ẹyin ti kìí ṣe eniyan nigbakan rí, ṣugbọn nisisiyi ẹyin di eniyan Ọlọrun, ẹyin ti kò ti ri ãnu gbà ri, ṣugbọn nisisiyi ẹ ti ri ãnu gbà.

BAWO ni Ọlọrun se pèèlò awọn eniyan Juu sílẹ̀?

Ọlọrun fi... Araarẹ̀ han wọn.

Ọlọrun lo akoko pẹlu Adamu ati Efa ninu ọgba Edẹni. O kọ wọn bi wọn ṣe le tọju ọgba naa ati bi wọn ṣe le tọju ara wọn. Bi a ṣe ka iwe Eksodu a rii pe Ọlọrun duro pẹlu awọn ọmọ Israeli lojoojumọ, O n tọ́ wọn pẹlu kùrukùru ni ọsan ati pẹlu ina ni alẹ. Fún ó lé ní ogójì ọdun Ọlọrun n bọ́ wọn lati ọwọ Rẹ titi wọn fi de Ilẹ Ileri.

Ọlọrun kọ awọn eniyan Juu bi wọn ṣe le sọ itan titi ti wọn fi ni anfani lati kọ itan wọn sílẹ̀. O fihan wọn pe o ṣe pataki lati fi awọn ọna ati ofin Rẹ lé awọn ọmọ wọn lọwọ ati awọn ọmọ awọn ọmọ wọn.

Ọlọrun kọ wọn ni iwa - ohun tí ó tọ́ ati ohun tí kò tọ́.

O gba Ọlọrun ni ó lé ni ẹgbàajì(4,000) ọdún lati pèèlò Isrẹli fun Jesu lati tọ̀ wọ́n wá.

- Adamu si Abrahamu - Ẹgbàá [2,000] ọdun (awọn iran ogún)
- Abrahamu si Jesu - Ẹgbàá [2,000] ọdun (awọn iran marunlelaadọta)
- Jesu si Asiko yi - Ẹgbàá [2,000] ọdun

Mátíù 1:17
Bẹ̃ni gbogbo iran lati Abrahamu wá de Dafidi jẹ iran mẹrinla; ati lati Dafidi wá de ìkólọ si Babiloni jẹ iran mẹrinla; ati lati igba ìkólọ si Babiloni de igba Kristi o jẹ iran mẹrinla.

KINI idi ti eyi fi ṣe pataki si wa?

O ṣe pataki pe ki a se ìdámọ̀ ẹni ti Ọlọrun jẹ ati pe O fẹ lati mu wa pada si ibaṣepọ ati idapo ti O ni pẹlu wa ni ibẹrẹ, ninu Ọgbà Edẹni. O nfẹ ki a mọ Oun tikaralara wa ati timọtimọ, gégẹ́ bí O ti ba Adamu ati Abrahamu rin, bẹẹni ẹdá iyalẹnu yii ṣe fẹ́ kí èmi àti ìwọ mọ Oun bi Oun ti jẹ́.

Orin Dafidi 103:7 O sọ awọn ọna rẹ di mimọ fun Mose awọn iṣe Rẹ si awọn ọmọ Israeli. Ki a le ...**mọ Ọlọrun.**

AGBEYẸWO: TANI ỌLỌRUN?

1. Diẹ ninu awọn eniyan rii Ọlọrun bi ìṣẹ̀dá èro orí wa, ti o jìnnà
a. Bẹẹni
b. Bẹẹkọ

2. A gbọdọ _____ Ọlọrun fun ẹniti O jẹ - kii ṣe ẹniti a _____ ki O jẹ.

3. Nigba miiran, a máa ń _____ pe a ṣẹda Ọlọrun ni aworan wa, a si máa ń _____ lati _____ pe a ṣẹda wa ni _____ Rẹ.

4. Ọlọrun wà... kí á tó dá wa. Ọlọrun ti wà sáájú, Ó wà lọ́wọ́lọ́wọ́, yoo si wa titi lailai.
a. Bẹẹni
b. Bẹẹkọ

5. Bibeli dabi iwe itọsọna. O jẹ ọrọ Rẹ ti a kọ fun eniyan lati
a. mọ ibi ti a ti le déṣẹ̀ ki a si lọ laijiya
b. lóye ọna Rẹ ati awọn aṣẹ Rẹ
d. gbe igbesi aye wa bó ṣe wù wá ki a si dé ọ̀run pẹlu bẹ́ẹ̀.

6. Ọlọrun _____ awọn eniyan Juu nipasẹ _____ wọn funrararẹ.

7. Ọlọrun ni ... Ijọba tirẹ ati Orilẹ-ede tirẹ.
a. Bẹẹni
b. Bẹẹkọ

8 Iru àwọ̀ wo ni Ọlọrun?
a. Dudu
b. Funfun
d. Ofeefee
e. Alawọ ewe
ẹ. Pupa
f. Imọlẹ
g. Okunkun

Ori 3
KINI IDI TI ỌLỌRUN FI DA ENIYAN?

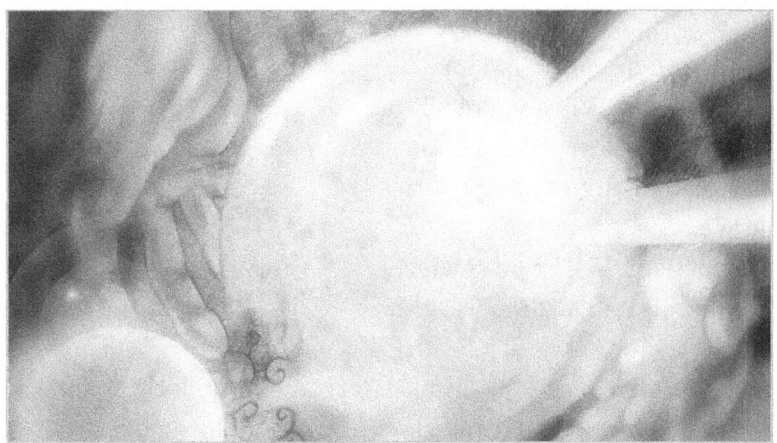

Ọlọrun ni ohun gbogbo, o le ṣe ohunkohun ati pe o je pipe ninu Ararẹ́ débi pé Òun ko nilo ohunkohun, nitorinaa kilóde ti O fi ṣẹda eniyan?

Niwọn bi Ọlọrun ti mọ ohun gbogbo, O mọ pe awọn eniyan Rẹ daradara, Adamu ati Efa, yoo dẹṣẹ. O mọn pe iṣẹda Oun pipe yoo jẹ bibajẹ nipasẹ iku ati iparun eyiti o wa bi awọn abajade tààrà ṣíṣe aláìgbé ninu Ọlọrun. Kílówádé ti O tun fi ṣe eniyan?

Ọlọrun ṣe eniyan nitori O fẹ lati ni awọn eniyan kan ti o yan laifipamu lati mọn Ọn, sọrọ pẹlu Rẹ ati lati gbé pẹlu Rẹ lailai.

Ọkàn Baba to gbooro ti Olorun ni fẹ lati pin pẹlu awọn eniyan ti o jẹ tirẹ. O mọn pe Oun yoo ni awọn eniyan ti yoo nifẹ Oun ati ti yoo gbé pẹlu Oun lailai. O mọ pe ti Oun ba ni àwọn eniyan díẹ̀ ti o mọn bi Oun ti jẹ dáradára ni ọ̀nà iyanu tó, wọn yoo fihan awọn miiran nipa Oun.

Lẹfitiku 26:12 Emi o si ma rìn lãrin yin, emi o si jẹ Ọlọrun yin, ẹyin o si jẹ eniyan mi.

Aisaya 43:21 Awọn eniyan yi ni mo ti mọ fun ara mi; wọn o fi ìyìn mi hàn.

Ṣe ìwájinlẹ̀ awọn ibeere wọnyi ki o si gba Ọlọrun laaye lati ṣafihan fun ọ idi ti O fi ṣẹda awọn eniyan.

BAWO ni Ọlọrun ṣe da eniyan?

Ọlọrun da eniyan lati inu erupẹ ilẹ̀. A dá a ni aworan Ọlọrun lati ni agbara lori gbogbo ohun alãye, lati ni ọmọ ati lati pọ lori ilẹ aye.

Jẹnẹsisi 1:26 Ọlọrun si wipe, Jẹ ki a dá eniyan li aworan wa, gẹgẹ bi ìrí wa: ki wọn ki o si jọba lori  ẹja okun, ati lori ẹyẹ oju-ọrun, ati lori ẹranko, ati lori gbogbo ilẹ, ati lori ohun gbogbo ti ńrákò lori ilẹ. 27 Bẹ̃li Ọlọrun dá eniyan li aworan rẹ̀, li aworan Ọlọrun li o dá a; ati akọ ati abo li o dá wọn.

Jẹnẹsisi 2:7 OLUWA Ọlọrun si fi erupẹ ilẹ mọ eniyan; o si mí ẹ̀mí iyè si ihò imu rẹ̀; eniyan si di alãye ọkàn.

Ọlọrun rii Adamu pé ónìkànwà, nitori naa O da obinrin kan, Efa, lati inu eegun kan ti o mu lati ìha Adamu.

Jẹnẹsisi 2:18 OLUWA Ọlọrun si wipe, kò dara ki ọkunrin na ki o nikan maa gbé; emi o ṣe oluranlọwọ ti o dabi rẹ̀ fun un.

Jẹnẹsisi 2:21 OLUWA Ọlọrun si mu orun ijika kun Adamu, o si sùn: o si yọ ọkan ninu egungun-ìhà rẹ̀, o si fi ẹran di ipò rẹ̀; 22

Kini idi ti Ọlọrun Fi Da Eniyan?

OLUWA Ọlọrun si fi egungun-ìhà ti o mu ni ìha ọkunrin na mọ obinrin, o si mu u tọ ọkunrin na wá.

BAWO ni a ṣe ṣẹda wa ni Aworan Ọlọrun?

Nigba ti ẹnikan ba sọ pe, "O dabi Baba rẹ gélẹ", ohun tí wọn n sọ ni wípé ò ń sọrọ̀, ò ń rìn, ò ń ronú bẹ́ẹ̀ ni o sì ń hùwà bíi Baba rẹ, tabi pe o ni awọn agbára pataki bíi oun pẹ̀lú ti ni. Nigbati Ọlọrun dá wa, O fun wa ni awọn agbára ati awọn àbùdá pataki bi Oun ti níi.

A ni awọn agbara ẹ̀mí lati mọ Ọlọrun, lati ba A sọrọ ati lati ni ìmọ̀nlára wíwà nítòsí Rẹ.

A ni ominira lati yàn – a lè yàn. **A jẹ ẹni to le ronu mú nǹkan jade** – a lè ṣẹda.

A ni òye – a le ronu, kọ ẹkọ, kí ó sì yé wa.

A ni aṣẹ – a le ṣe akoso (ṣẹgun, gba ijọba, ṣeto)

KINI Ọgba Edẹni naa jẹ?

Foju inu woye ibìkan - ọgba ti o lẹwa julọ tabi agbala itura ni ibiti ko si irora, ijiya tabi ìpọ́njú. Ohun gbogbo ti o nilo lati jẹ ń hù funra rẹ nibẹ fun ọ. Awọn ẹranko lọ ni alafia. Ko si ẹniti o n ja tabi binu; ko si awọn iwa buburu kò sì sí awọn ọrọ ibanujẹ. Ni apapọ, Ọlọrun ati awọn eniyan Rẹ rin wọn si sọrọ ninu ọgba nigbati irọlẹ ba rọ̀.

Ohun gbogbo jẹ pipe.

Eyi ni ohun ti Ọlọrun ṣe ni ibẹrẹ - fun awọn eniyan ti O fẹran.

Jẹnẹsisi 2:8 OLUWA Ọlọrun si gbin ọgbà kan niha ìla-õrùn ni Edẹni; níbẹ̀ li o si fi ọkunrin na ti o ti mọ si. 9 Lati inu ilẹ li

OLUWA Ọlọrun mu onirūru igi hù jade wá, ti o dara ni wíwò, ti o si dara fun ounjẹ; igi ìyè pẹlu lārin ọgbà na, ati igi ìmọ̀ rere ati buburu.

KINI Ounkan Ṣoṣo Ti o Ni Máṣe?

MÁṢE jẹ ninu igi ti imọ rere ati buburu.

Iṣọtẹ, aigbọran, ifẹ-inu ara ẹni, irọ, ayọjuran, ibawi, itiju, aigbagbọ, ifura, ọpọlọpọ awọn ẹṣẹ ni o jẹ rírú ṣókè nipa "máṣe" kan ṣoṣo ti Ọlọrun fun Adamu ati Efa. A ko nilo awọn òfin pupọ ati awọn ìlànà lati ru àbùda ẹṣẹ wa sókè, a ko fẹran ki a maa sọ oun ti a o ṣe, a nifẹ lati "**ṣe oun ti ara wa ni ọna tiwa**" dipo ni ọna Ọlọrun.

Jẹnẹsisi 2:16 OLUWA Ọlọrun si fi aṣẹ fun ọkunrin na pe, Ninu gbogbo igi ọgbà ni ki iwọ ki o ma jẹ: 17 Ṣugbọn ninu igi ìmọ̀ rere ati bururu nnì, iwọ kò gbọdọ jẹ ninu rẹ̀: nitoripe li ọjọ́ ti iwọ ba jẹ ninu rẹ̀ kíkú ni iwọ o kú.

Ta ni Ọta Ọlọrun Kan?

Ọlọrun ni ọta kan, o jẹ buburu ati pe o korira Ọlọrun, o si korira awọn eniyan Rẹ. Ko fẹ ki Ọlọrun ni eniyan ti yoo fẹran Rẹ. Ọtá yii yoo ṣe ohun gbogbo ni agbara ìka rẹ lati da èto Ọlọrun dúró. Orukọ ọta yii ni Satani tabi Eṣu. O wa si Ọgba Edeni ni aworan ejò lati gbin àbá si inu Adamu ati Efa. Awọn irinṣẹ rẹ yí otitọ po, o fi ẹ̀sùn kan Ọlọrun, tan Efa jẹ, o si parọ́. Ète rẹ ni lati jale, lati pa ati lati parun.

Jẹnẹsisi 3:1 Ejò sa ṣe alarekereke ju ẹranko igbẹ iyoku lọ ti OLUWA Ọlọrun ti dá. O si wi fun obinrin na pe, õtọ li Ọlọrun wipe, Ẹyin kò gbọdọ jẹ gbogbo eso igi ọgbà? 2 Obinrin na si wi fun ejò na pe, Awa a ma jẹ ninu eso igi ọgbà: 3 Ṣugbọn ninu eso igi nnì ti o wà lārin ọgbà Ọlọrun ti wipe, Ẹyin kò gbọdọ jẹ ninu rẹ̀, bẹ̃li ẹyin kò gbọdọ fọwọ́kàn án, ki ẹyin ki o má ba kú. 4 Ejò na si wi fun obinrin na pe, Ẹyin ki yio ku ikú kíkú kan: 5 Nitori

Ọlọrun mọ̀ pe, li ọjọ́ ti ẹyin ba jẹ ninu rẹ̀, nigbana li oju yin yio là, ẹyin o si dabi Ọlọrun, ẹ o mọ rere ati buburu. 6 Nigbati obinrin na si ri pe, igi na dara ni jijẹ, ati pe, o si dara fun oju, ati igi ti a ifẹ lati mu ni gbọ́n, o mu ninu eso rẹ̀ o si jẹ, o si fi fun ọkọ rẹ̀ pẹlu rẹ̀, oun si jẹ. 7 Oju awọn mejeji si là, wọn si mọ̀ pe nwọn wà ni ìhòhò; wọn si gán ewe ọpọtọ pọ̀, wọn si dá ibantẹ fun ara wọn. 8 Wọn si gbọ́ ohùn OLUWA Ọlọrun, o ǹrìn ninu ọgbà ni itura ọjọ́: Adamu ati aya rẹ̀ si fi ara wọn pamọ́ kuro niwaju OLUWA Ọlọrun lārin igi ọgbà. 9 OLUWA Ọlọrun si kọ si Adamu, o si wi fun un pe, Nibo ni iwọ wà? 10 O si wipe, Mo gbọ́ ohùn rẹ ninu ọgbà, ẹ̀rù si bà mi, nitori ti mo wà ni ìhòhò; mo si fi ara pamọ́. 11 O si wi pe, Tali o wi fun ọ pe iwọ wà ni ìhòhò? Iwọ ha jẹ ninu igi nnì, ninu eyiti mo pàṣẹ fun ọ pe iwọ kò gbọdọ jẹ? 12 Ọkunrin na si wipe, Obinrin ti iwọ fi pẹlu mi, oun li o fun mi ninu eso igi na, emi si jẹ. 13 OLUWA Ọlọrun si bi obinrin na pe, Ewo ni iwọ ṣe yi? Obinrin na si wipe, Ejò li o tàn mi, mo si jẹ.

Ẹṣẹ Kan Ọpọlọpọ Ayọrisi

Adam ati Efa jiya ọpọlọpọ awọn àyọrísí tabi "ọ̀yà" fun ẹṣẹ wọn.

Jẹnẹsisi 3:16 Fun obinrin na li o wipe, Emi o sọ ipọnju ati iloyun rẹ di pupọ̀; ni ipọnju ni iwọ o ma bimọ; lọdọ ọkọ rẹ ni ifẹ rẹ yio ma fà si, on ni yio si ma ṣe olori rẹ. 17 O si wi fun Adamu pe, Nitoriti iwọ gbà ohùn aya rẹ gbọ́, ti iwọ si jẹ ninu eso igi na, ninu eyiti mo ti pàṣẹ fun ọ pe, iwọ kò gbọdọ jẹ ninu rẹ̀; a fi ilẹ bú nitori rẹ; ni ipọnju ni iwọ o ma jẹ ninu rẹ̀ li ọjọ́ aye rẹ gbogbo; 18 Ẹ̀gún on oṣuṣu ni yio ma hù jade fun ọ, iwọ o si ma jẹ eweko igbẹ; 19 Li ōgùn oju rẹ ni iwọ o ma jẹun, titi iwọ o fi pada si ilẹ; nitori inu rẹ̀ li a ti mu ọ wá, erupẹ sa ni iwọ, iwọ o si pada di erupẹ.

Eniyan kò tun rin tabi ba Ọlọrun sọrọ mọn. Wahala ati awọn iṣoro wá lati ibi gbogbo. Aye di ibi tó burẹ́wà lati gbe - nitori ẹṣẹ.

Ọlọrun sọ fun wọn pe gbogbo nkan wọnyi yoo ṣelẹ ti wọn ba ṣe aigbọran si "maṣe" Rẹ kan. Awọn nkan wọnyi ni a pe ni "Iku".
NISISIYI a n bi eniyan pẹlu ṣíṣeéṣe lati ṣẹ
... o wa ninu ẹjẹ wa.

Romu 5:12 Nitori gẹgẹ bi ẹ̀ṣẹ ti ti ipa ọdọ eniyan kan wọ̀ aye, ati ikú nipa ẹ̀ṣẹ̀; bẹ̃ni ikú si kọja sori eniyan gbogbo, lati ọdọ ẹniti gbogbo eniyan ti dẹ́ṣẹ̀.

Awọn eniyan ti padanu awọn abuda ti "Ọlọrun mí" si wọn, wọn ti padanu agbara wọn lati ṣẹda tabi lati yan ohun ti o tọ, wọn si ti di ẹrú fun ẹṣẹ. Awọn eniyan ṣi wa ni iyapa kuro lọdọ Ọlọrun ti o dá wọn fun idapọ pẹlu Rẹ. A si tun n tan awọn eniyan jẹ a si n parọ́ fun wọn lati ọwọ èṣù ti o si tun n mun ki ẹṣẹ ki o wuni ki o si fani mọ́nra ati ti o n da Ọlọrun lẹbi fun "gbígbá wa mún kankan".

NIBO ni Ireti Wá Wà?

Eto Ọlọrun tobi ju ailera ati aigbọran wa lọ, O jẹ ọlọgbọn ju Eṣu ti o ń jí ti o sì ń parun lọ. Eto Ọlọrun lagbara ju Ẹṣẹ funrararẹ lọ. Ireti wa tọka si Olugbala kan, ojutu kan, atunṣe ibaṣepọ wa tó ní ààyẹ.

Aye ati iku Ọmọ Ọlọrun yoo mu eniyan pada sinu ibaṣepọ ti o tọ pẹlu Ọlọrun Baba ti a ba gba Jesu, ipese Ọlọrun, ati lẹẹkansi – ki a di eniyan Rẹ ki a si jẹ ki Oun di Ọlọrun wa.

ỌLỌRUN FẸ KI O Di Ọkan ninu Awọn Eniyan Rẹ.
Ọlọrun fẹ́ràn rẹ O si fẹ ki o mọn Oun, ki o si kọ awọn ọna Rẹ. Yóò gbà ọ́ là
lọwọ awọn irọ esu ati awọn ìgbèkùn ẹṣẹ. **Ọlọrun fẹ lati mu pada bọ̀sípò** fun ọ awọn abuda pataki Rẹ ti O fun Adamu. **Ọlọrun fẹ lati mu ọ pada** sinu "aworan Ọlọrun". Iwọ yoo pada di ọkan ninu awọn eniyan Rẹ **Oun yoo si jẹ Ọlọrun rẹ.** Iwọ yoo kọ lati mọn Ọn, rin pẹlu Rẹ ki o si sọrọ pẹlu Rẹ.

AGBEYEWO: KINI IDI TI ỌLỌRUN FI DA ENIYAN?

1. Ọlọrun da eniyan nitori:
a. O danikan wa
b. Ko ni ẹnikan lati nifẹ Rẹ
d. O fẹ awọn eniyan ti yoo yàn laifipamu lati wa pẹlu Rẹ lailai
e. Awọn angẹli ko le è tẹ aini Rẹ fun ifẹ lọrun

2 Bawo ni Ọlọrun se da eniyan?
a. O sọrọ o si mu eniyan di wíwà
b. O da eniyan lati inu erupẹ
d. O fun awọn angẹli ni ara eniyan
e. O mu ki wọn ni idagbasoke lati ara awọn nnkan abẹmi kékèké

3. Lati ṣẹda ni aworan Ọlọrun tumọ si pe:
a. A ni ominira lati yan bi Oun ti nṣe
b. A ni agbara lati ṣẹda bii Oun ti nṣe

4. Ète wo ni Satani ni nigbati o tan Efa?
a. Lati ji ibasepọ rẹ pẹlu Ọlọrun
b. Lati pa eto Ọlọrun fun eniyan run
d. Lati ya eniyan kuro lọdọ Ọlọrun

e. Gbogbo èyí to wa loke

5. Kini awọn ayọrisi ẹṣẹ eniyan
a. A n bi eniyan nisisiyi pẹlu ṣíṣeéṣe lati ṣẹ
b. Eniyan di eru ẹṣẹ
d. Aye ti a da pẹlu ẹwà di ibi ti o nira lati gbe
e. Gbogbo eyi to wa loke

6. Ireti wo ni o wa fun eniyan?
a. Nipa gbigba Ọmọ Ọlọrun bi Olugbala wa a le tun di eniyan Rẹ
b. Ti a ba gbiyanju kárakára ti a si lo aye wa daradara, Ọlọrun le tun gba wa
d. Ti a ba ṣe gbogbo ohun ti o tọ́ a le jèrè jíjẹ́ ọ̀rẹ́ Rẹ
e. Nipa kika ati titẹle Bibeli pẹlu gbogbo agbara wa

Ori 4
KÍNI ẸṢẸ?

Àìsáyà 59: 2 Ṣugbọn aiṣedede yin li o yà yin kuro lọdọ Ọlọrun yin, ati ẹṣẹ yin li o pa oju rẹ mọ kuro lọdọ yin, ti oun kì yio fi gbọ́. Awọn iwe-mimọ sọ fun wa pe ẹṣẹ ya wa kuro lọdọ Ọlọrun.

Ninu aye wa loni ọpọlọpọ ko fẹ lati dojuko ẹṣẹ, wọn fẹ lati ro pe ohun ti a nṣe ni o tọ́, wọn ko si fẹ yipada. Ṣugbọn niwọn igba ti Ọlọrun Abrahamu, Isaaki ati Jakobu sọ pe ẹṣẹ ya wa kuro lọdọ Oun, a gbọdọ wa oju Rẹ nipa ohun ti O pe ni ẹṣẹ ki a si ṣe ohun ti O sọ pe ki a ṣe nipa rẹ. Nigba naa ni a o ri oju Rẹ, a o si gbọ ọrọ Rẹ.

Ṣe ìwájinlẹ̀ lori awọn ọ̀rọ̀ ati awọn ibeere isalẹ yii ki o si gba Ọlọrun laaye lati ṣafihan ohun ti O pe ẹṣẹ, bi O ṣe sọ pe yoo pa ọ́ lára ati ohun ti o yẹ ki a ṣe nipa ẹṣẹ.

Ẹṣẹ jẹ ṣíṣe ohun ti a ko ṣẹda wa lati ṣe:
Njẹ ẹṣẹ ni oun tí mò ń ṣe? Bi araàrẹ ní awọn ibeere wọnyi:

- Ṣe o n mu ki o yara dògbó?
- Ṣe o n jẹ ki o ṣaisan tabi jẹ́ alarun?
- Ṣe o ni lati ṣalaye lati wẹra rẹ mọn? Tabi lati maa sọ fun araarẹ nigbagbogbo pé ó tọ́?
- Ṣe o ni imọnlara jíjẹ̀bi nigbati o bẹrẹ si ṣe e?
- Ṣe o ni lati maa mu araarẹ yago fun ṣiṣe e pupọ ju?
- Ṣé ẹ̀ṣẹ̀ ni?

Romu 6:23 Nitori ikú li ère ẹ̀ṣẹ̀; ṣugbọn ẹbùn ọ̀fẹ Ọlọrun ni iyè ti kò nipẹkun, ninu Kristi Jesu Oluwa wa.

KINI Ọlọrun pe Ẹṣẹ?

Awọn ofin mẹwa (10)

Ekisodu 20:1 Ọlọrun si sọ gbogbo ọrọ wọnyi pe,
  2 Emi li OLUWA Ọlọrun rẹ, ti o mú ọ jade lati ilẹ Egipti, lati oko-ẹrú jade wá.
  3 Iwọ kò gbọdọ ni ọlọrun miran pẹlu mi.
  4 Iwọ kò gbọdọ yá ere fun ara rẹ, tabi aworan ohun kan ti mbẹ loke ọrun, tabi ti ohun kan ti mbẹ ni isalẹ ilẹ, tabi ti ohun kan ti mbẹ ninu omi ni isalẹ̀ ilẹ:
  5 Iwọ kò gbọdọ tẹ ori ara rẹ ba fun wọn, bẹ̀ni iwọ kò gbọdọ sìn wọ́n: nitori emi li OLUWA Ọlọrun rẹ, Ọlọrun owú ni mi, ti ḿbẹ ẹṣẹ awọn baba wò lara awọn ọmọ, lati irandiran kẹta ati ẹkẹrin ninu awọn ti o korira mi;

6 Emi a si ma fi ānu hàn ẹgbẹgbẹrun awọn ti o fẹ́ mi, ti wọn si npa ofin mi mọ́.

7 Iwọ kò gbọdọ pè orukọ OLUWA Ọlọrun rẹ lasan; nitoriti OLUWA ki yio mu awọn ti o pe orukọ rẹ̀ lasan bi aláîlẹ́ṣẹ̀ li ọrùn.

8 Ranti ọjọ́ isimi, lati yà a símímọ́.

9 Ọjọ́ mẹfa ni iwọ o ṣiṣẹ, ti iwọ o si ṣe iṣẹ rẹ gbogbo:

10 Ṣugbọn ọjọ́ keje li ijọ́ isimi OLUWA Ọlọrun rẹ: ninu rẹ̀ iwọ kò gbọdọ ṣe iṣẹkiṣẹ kan, iwọ, ati ọmọ rẹ ọkunrin, ati ọmọ rẹ obinrin, ọmọ-ọdọ rẹ ọkunrin, ati ọmọ-ọdọ rẹ obinrin, ati ohunọ̀sìn rẹ, ati àlejò rẹ ti mbẹ ninu ibode rẹ.

11 Nitori ni ijọ́ mẹfa li OLUWA dá ọrun on aye, okun ati ohun gbogbo ti mbẹ ninu wọn, o si simi ni ijọ́ keje: nitorina li OLUWA ṣe busi ijọ́ keje, o si yà á si mimọ́.

12 Bọ̀wọ̀ fun baba on iya rẹ: ki ọjọ́ rẹ ki o le pẹ ni ilẹ ti OLUWA Ọlọrun rẹ fi fun ọ.

13 Iwọ kò gbọdọ pànìyàn.

14 Iwọ kò gbọdọ ṣe panṣaga.

15 Iwọ kò gbọdọ jale.

16 Iwọ kò gbọdọ jẹri eke si ẹnikeji rẹ.

17 Iwọ kò gbọdọ ṣojukokoro si ile ẹnikeji rẹ, iwọ kò gbọdọ ṣojukokoro si aya ẹnikeji rẹ, tabi si ọmọ-ọdọ rẹ̀ ọkunrin, tabi ọmọ-ọdọ rẹ̀ obinrin, akọmalu rẹ̀, kẹtẹkẹtẹ rẹ̀, tabi ohun gbogbo ti i ṣe ti ẹnikeji rẹ.

Ẹṣẹ ya wa kuro lọdọ Ọlọrun. Ọlọrun fẹ lati mu wa pada sinu ibaṣepọ ati idapọ ti O ni pẹlu wa ni ibẹrẹ ninu Ọgbà Edẹni.

Matiu 6:24 "Ko si ẹniti o le sin oluwa meji: nitori yala yio korira ọkan, yio si fẹ ekeji; tabi yio faramọ ọkan, yio si yan ekeji ni ìpọ̀sì. Ẹyin ko le sin Oluwa pẹlu mammoni.

Numeri 15:37 OLUWA si sọ fun Mose pe, 38 Sọ fun awọn ọmọ Israẹli, ki o si fi aṣẹ fun wọn ki wọn ki o ṣe wajawaja si eti aṣọ wọn ni iran-iran wọn, ati ki wọn ki o si fi ọjábulẹ aláró si wajawaja eti aṣọ na: 39 Yio si ma ṣe bi wajawaja fun nyin, ki ẹnyin ki o le ma wò ó, ki ẹ si ma ranti gbogbo ofin OLUWA, ki ẹ si ma ṣe wọn: ki ẹyin ki o má si ṣe tẹle ìro ọkàn yin ati oju ara nyin, ti ẹyin ti i ma ṣe àgbèrè tọ̀ lẹhin: 40 Ki ẹyin ki o le ma ranti, ki ẹ si ma ṣe ofin mi gbogbo, ki ẹyin ki o le jẹ́ mímọ́ si Ọlọrun yin. 41 Emi ni OLUWA Ọlọrun yin, ti o mún yin jade lati ilẹ Egipti wá, lati ma ṣe Ọlọrun yin: Emi ni OLUWA Ọlọrun yin.

KINI o yẹ ki a ṣe nipa ẸṢẸ?

- Sá fuń Ẹṣẹ.
- Tẹriba fun Ọlọrun.
- Koju ija si èsù.
- Sunmọ Ọlọrun.
- Fọ ọwọ rẹ mọn.
- Wẹ ọkàn rẹ mọ́n.
- Pa ọkan rẹ pọ.
- Ronupiwada kuro ninu ẹṣẹ.
- Rẹ araarẹ silẹ niwaju Ọlọrun.
- Sa fun ẹṣẹ.

1 Kọrinti 6:18 Ẹ mā sá fun àgbèrè. Gbogbo ẹ̀ṣẹ̀ ti eniyan ndá ló wà lode ara; ṣugbọn ẹniti o nṣe àgbèrè ńṣẹ̀ si ara on tìkárarẹ̀.
Tẹriba fun Ọlọrun. Tẹriba: Tẹ̀ sí ọgbọn ati itọsọna Ọlọrun.
Jakọbu 4:7 Nitorina ẹ tẹriba fun Ọlọrun. Ẹ kọ oju ija si Èṣù, oun ó si sá kuro lọdọ yin. 8 Ẹ sunmọ Ọlọrun, oun o si sunmọ yin, Ẹ wẹ ọwọ́ yin mọ́, ẹyin ẹlẹṣẹ; ẹ si ṣe ọkàn yin ni mímọ́, ẹyin oniye meji. 9 Ki inu yin ki o bajẹ, ki ẹ si gbààwẹ̀, ki ẹ si mā sọkun: ẹ jẹ ki ẹrín yin ki o di àwẹ, ati ayọ̀ yin ki o di ikānu. 10 Ẹ rẹ ara yin sílẹ̀ niwaju Oluwa, oun o si gbé yin ga.

KINI ki a șe ti a ba ṢẸ̀?

A ni lati wo ẹṣẹ wa ni ọ̀nà tí Ọlọrun ń gbà ríi; a ko le è yẹra fun un. A gbọdọ ronupiwada.

Kini Ironupiwada?

Ironupiwada ni wíwo ẹṣẹ ti a ti da... ọna Ọlọrun. Nigbati a ba șe bẹẹ, a o banujẹ fun ohun ti a ti șe a o si yipada kuro ninu rẹ. Ni awọn igba miiran ... a ni lati sá fún un.

2 Korinti 7:10 Nitoripe ibanujẹ ẹni ìwà-bi-Ọlọrun a ma ṣiṣẹ ironupiwada si igbala ti kì mu abamọ wá: ṣugbọn ibanujẹ ti aye a ma ṣiṣẹ ikú.

Ikabamọ Eniyan kii ṣe Ironupiwada

Heberu 12:16 Ki o má bā si àgbèrè kan tabi alaiwa-bi-Ọlọrun bi Esau, ẹniti o ti itori òkèle ounjẹ kan ta ogún ìbí rẹ̀. 17 Nitori ẹyin mọ̀ pe lẹhinna nni ani nigbati o fẹ lati jogun ibukun na, a kọ̀ ọ (nitori kò ri aye ironupiwada) bi o tilẹ ti fi omije wá a gidigidi.

BI awa ba jẹ alailagbara si ẹṣẹ nkọ?

Idi ti Ọlọrun fi ran Ọmọ bíbí rẹ kan ṣoṣo, Jesu lati ku ni ori agbelebu fun wa ni nitori pe awa JẸ́ alailagbara si ẹṣẹ. Ilana didi atunbi nitootọ a maa da abuda tuntun sinu wa, ati nipa abuda naa Ọlọrun n fun wa ni agbara lori ẹṣẹ. Eyi ni idunnu Ọlọrun.

Matiu 5:6 Alábùkún-fún li awọn ẹniti ebi npa ati ti ongbẹ ngbẹ sipa ododo: nitori wọn ó yo.

Matiu 5:8 Alábùkún-fún li awọn oninu-funfun: nitori wọn ó ri Ọlọrun.

Ọlọrun yoo ṣiṣẹ pẹlu awọn ti yoo ṣiṣẹ pẹlu Rẹ.

Luku 12:32 Má bẹ̀rù, agbo kekere; nitori dídùn inu Baba yin ni lati fi ijọba fun yin.

Filippi 2:12 Nitorina ẹyin olufẹ mi, gẹgẹ bi ẹyin ti ngbọran nigbagbogbo, kì i ṣe nigbati mo wà lọdọ yin nikan, ṣugbọn papa nisisiyi ti emi kò sí, ẹ mã ṣiṣẹ igbala yin yọri pẹlu ìbẹrù ati ìwárìrì. 13 Nitoripe Ọlọrun ni nṣiṣẹ ninu yin, lati fẹ ati lati ṣiṣẹ fun ifẹ inu rere rẹ.

Àìsáyà 26:12 Oluwa, iwọ o fi idi alafia mulẹ fun wa: pẹlupẹlu nitori iwọ li o ti ṣe gbogbo iṣẹ wa fun wa. 13 Oluwa Ọlọrun wa, awọn oluwa miran lẹhin rẹ ti jọba lori wa: ṣugbọn nipa rẹ nikan li awa o da orukọ rẹ sọ. 14 Awọn òkú, nwọn kì yio yè; awọn ti ngbe isà-okú, nwọn kì yio dide; nitorina ni iwọ ṣe bẹ wọn wò ti o si pa wọn run, ti o si mu ki gbogbo iranti wọn parun.

KINI Bíbélì pe ẹ̀ṣẹ̀?

Galatia 5:19 Njẹ awọn iṣẹ ti ara farahàn, ti i ṣe wọnyi; panṣaga, àgbèrè, ìwà-ēri, wọbìà, 20 Ibọriṣa, oṣó, irira, ìjà, ilara, ibinu, asọ, iṣọ̀tẹ̀, àdámọ̀, 21 Àrankàn, ipaniyan, imutipara, iréde-oru, ati iru wọnni: awọn ohun ti mo nwi fun yin tẹlẹ, gẹgẹ bi mo ti wi fun yin tẹlẹ rí pe, awọn ti nṣe nkan bawọnni kì yio jogún ijọba Ọlọrun.

Atupalẹ Bibeli Amọdaju

Galatia 5:19 Nisinsinyi awọn iṣẹ iṣe ti ara jẹ kedere): wọn jẹ agbere, iwa aimọ, aiṣedeede, 20 ibọriṣa, oṣó, ọta, ariyanjiyan, owú, ibinu ikanra), iwa imotara ẹni, iyapa ipinya), awọn ẹgbẹ ẹmi ẹgbẹ, awọn ẹya pẹlu awọn ero ti o ni ayidayida, awọn eke), 21 Ilara, imutipara, itọju ati bẹ bẹẹ. Mo kìlọ fun ọ tẹlẹ, gẹgẹ bi mo ti ṣe ni iṣaaju, pe awọn ti o nṣe iru nkan bẹẹ ko ni jogun ijọba Ọlọrun. Atupalẹ Bibeli Amọdaju (AMP)

ẸṢẸ tún ni ṢÍṢE ALÁÌṢE ohun ti a da wa lati ṣe

Ninu aye wa, Ọlọrun fun wa ni awọn aṣẹ ati awọn ilana lati tẹle. Eyi wa fun didara wa. O wa lati mu wa di iru eniyan ti O da wa lati jẹ. O tun wa fun anfani awọn miiran. Nigba ti a ko ba gboran si Ọlọrun o jẹ ẹṣẹ.

Ka Òwe Awọn Ọlọgbọn ati Awọn Aṣiwere Wúndíá ninu Matiu 25:1-13

Deuteronomi 30:20 Ki iwọ ki o le ma fẹ́ OLUWA Ọlọrun rẹ, ati ki iwọ ki o le ma gbà ohùn rẹ̀ gbọ́, ati ki iwọ ki o le ma faramọ́ ọ: nitoripe oun ni ìye rẹ, ati gígùn ọjọ́ rẹ: ki iwọ ki o le ma gbé inu ilẹ na ti OLUWA ti bura fun awọn baba rẹ, fun Abrahamu, ati fun Isaaki, ati fun Jakọbu, lati fi fun wọn.

Jona 1:1 NJẸ ọ̀rọ Oluwa tọ̀ Jona ọmọ Amittai wá, wipe, 2 Dide, lọ si Ninefe, ilu nla nì, ki o si kigbe si i; nitori ìwa buburu wọn goke wá iwaju mi. 3 Ṣugbọn Jona dide lati sá lọ si Tarṣiṣi kuro niwaju Oluwa, o si sọkalẹ lọ si Joppa; o si ri ọkọ̀ kan ti nlọ si Tarṣiṣi: bẹ̃li o sanwo ọkọ, o si sọkalẹ sinu rẹ̀, lati ba wọn lọ si Tarṣiṣi lati sá kuro niwaju Oluwa.

AGBEYẸWO: KINI ẸṢẸ?

1. Ẹṣẹ ni ṣiṣe ohun ti a da wa lati se.
a. Bẹẹni
b. Bẹẹkọ

2. Ẹṣẹ ni ṣiṣe ohun ti a ko ṣẹda wa lati ṣe. Ẹṣẹ yoo mu wa _____ tabi jẹ alarun.

3. Iwọ ko _____ yá _____ _____ ara rẹ, tabi _____ ohun kan ti mbẹ loke ọrun, tabi ti ohun kan ti mbẹ ni _____, tabi ti ohun kan ti mbẹ ninu omi ni isalẹ̀ ilẹ

4. Iwọ kò gbọdọ pè _____ OLUWA _____ rẹ lasan; nitoriti OLUWA ki yio mu awọn ti o pe orukọ rẹ̀ _____ bi _____ li ọrùn.

5. "Yio si ma ṣe bi wajawaja fun nyin, ki ẹnyin ki o le ma wò ó, ki ẹ si ma _____ _____ ofin OLUWA, ki ẹ si ma _____ _____; ki ẹyin ki o má si _____ _____ _____ ọkàn yin ati oju ara nyin, ti ẹyin ti i ma ṣe àgbèrè tọ̀ lẹhin: "

6. A gbọdọ sa fun ẹṣẹ.

a. Bẹẹni
b. Bẹẹkọ

7. A nilati wa ni ìha èṣù.
a. Bẹẹni
b. Bẹẹkọ

8. A gbọdọ sunmọ Ọlọrun.
a. Bẹẹni
b. Bẹẹkọ

9. O yẹ ki a kọ oju ija si èṣù.
a. Bẹẹni
b. Bẹẹkọ

10. O yẹ ki a tẹriba tabi tẹ̀ sí ọgbọn ati itọsọna Ọlọrun.
a. Bẹẹni
b. Bẹẹkọ

11. Kini KIIṢE ironupiwada?
a. rirẹ ararẹ silẹ niwaju Oluwa
b. yiyipada kuro ninu ẹṣẹ
d. ikabamọ eniyan
e. bíbéèrè ìdáríjì lọ́wọ́ Olúwa

12. Ohun ti Bibeli pe ẹṣẹ: "Njẹ awọn iṣẹ ti ara farahàn, ti i ṣe wọnyi; panṣaga, _____, ìwà-ẽri, _____, ibọriṣa, oṣó, _____, ìjà, ilara, _____, _____, ìṣọ̀tẹ̀, àdámọ̀, _____, ipaniyan, _____, iréde-oru, ati iru wọnni: awọn ohun ti mo nwi fun yin tẹlẹ, gẹgẹ bi mo ti wi fun yin tẹlẹ rí pe, awọn ti _____ _____ _____ kì yio _____ ijọba Ọlọrun."

13. Ẹṣẹ tun ni ṣíṣe aláìṣe ohun ti a _____ lati ṣe.

14. Ironupiwada ni:
a. sísá fun ẹṣẹ
b. bibanujẹ fun ohun ti a ti ṣe, ki a si yipada kuro ninu rẹ
d. ki se àìbìkítà fun ìbáwí ki a si tẹsiwaju ninu dídẹ́ṣẹ̀
e. akọkọ ati ekeji ni bi a ṣe n ronupiwada

Ori 5
TA NI JÉSÙ?

A ti ni oye nisisiyi pe **ẹṣẹ n ya wa kuro lọdọ Ọlọrun.** Gbogbo wa ti ṣẹ ati nisisiyi, kini a le ṣe? Iyapa jẹ yii jẹ eyi to wa nitootọ.

Ni awọn igba miiran a maa n ni imọnlara iyapa naa ati pe a gbọdọ lọ lọna irin ajo lati wa Ọlọrun. A nilo ohunkan lati ṣẹlẹ ki a le pada wa sinu ibaṣepọ naa pẹlu Ẹdá Alailopin Agbaayanu yii, Ọlọrun Abrahamu, Isaaki ati Jakọbu.

Ṣe ìwájinlẹ̀ awọn ọrọ ati awọn ibeere isalẹ yii ki o si gba Jesu laaye lati ṣafihan ara Rẹ fun ọ.

KILODE ti a fi jẹ yíyà kuro lọdọ Ọlọrun?

Ọlọrun, Ẹlẹda Agbaye ba Adamu ati Efa rìn ninu Ọgba. Adamu dẹṣẹ. Ẹṣẹ Adamu yà á ati gbogbo awọn arọmọdọmọ rẹ kuro lọdọ Ọlọrun. *Bi o ṣe jẹ ounkan kekere to bẹẹ naa lo jẹ iyanu.*

Genesisi 3:23 Nitorina OLUWA Ọlọrun lé e (Adamu) jade kuro ninu ọgbà Edeni, lati ma ro ilẹ ninu eyiti a ti mu u jade wá. 24 Bẽli o lé ọkunrin na jade; o si fi awọn kerubu ati idà ina dè ìha ìla-ōrùn Edeni ti njù kakiri, lati ma ṣọ ọna igi ìye na.

Adamu ati Efa di ifibu, wọn si dá wà.

O pe fun ayé pẹlu ìtàjẹ̀sílẹ̀ ki a ba le e dari ẹṣẹ wa jì wá. Ọlọrun pe eyi ni irubọ.

Lefitiku 4:35 Ki o si mú gbogbo ọ̀rá rẹ̀ kuro, bi a ti i mú ọrá ọdọ-agutan kuro ninu ẹbọ ọrẹ-ẹbọ alafia; ki alufa ki o si sun wọn lori pẹpẹ, gẹgẹ bi ẹbọ ti a fi iná ṣe si OLUWA: ki alufa ki o si ṣètùtù fun ẹ̀ṣẹ rẹ̀ ti o ti ṣẹ̀, a o si dari rẹ̀ jì í.

Ọpọlọpọ awọn ẹ̀sìn kaakiri agbaye ni awọn ayẹyẹ ti o ní ẹbọ to pè fun itajẹsilẹ lati dari awọn ẹṣẹ wa jin wa. O jẹ ohun iyanu pe awọn eniyan ti ko tii gbọ nipa Ọlọrun yii, mọ pe awọn ẹṣẹ wa ti ya wa kuro ninu nkan.

TANI Jesu?

Jesu ni ọmọ Ọlọrun

Johanu 3:16 Nitori Ọlọrun fẹ araye tobẽ gẹ, ti o fi Ọmọ bíbí rẹ kanṣoṣo funni, ki ẹnikẹni ti o ba gbà a gbọ́ má bà ṣègbé, ṣugbọn ki o le ni ìyè ainipẹkun.

Jesu ni Emmanuẹli - Ọlọrun ninu Ayé Matiu 1:23 Kiyesi i, wundia kan yio lóyun, yio si bí ọmọkunrin kan, wọn o mā pè orukọ rẹ̀ ni Emmanuẹli, itumọ eyi ti i ṣe, Ọlọrun wà pẹlu wa.

Jesu di Eniyan lati gba Eniyan là

Matiu 1:21 " Yio si bí ọmọkunrin kan, Jesu ni iwọ o pè orukọ rẹ̀: nitori Oun ni yio gbà awọn eniyan Rẹ̀ là kuro ninu ẹṣẹ wọn."

Ọlọrun ran Jesu lati di "**Ẹbọ Àrúgbẹ̀hìn.**"

Ta Ni Jésù? 35

Jesu di Ẹbọ fun Awọn Ẹṣẹ Wa

Johanu 1:29 Ni ijọ keji Johanu ri Jesu mbọ̀ wá sọdọ rẹ̀; o wipe, Wò ó, Ọdọ-agutan Ọlọrun, ẹniti o kó ẹ̀ṣẹ aye lọ!

Awọn ẹbọ fun ẹṣẹ eniyan ni lati jẹ ṣiṣe lẹẹkan ni ọdun kan. Jesu ni Ẹbọ arugbẹhin nitori pe nigbati O ku lori agbelebu ko si irubọ miiran ti a nilo mọn. Jesu ko wẹ ẹṣẹ wa nu kuro nikan ṣugbọn o wẹ wa mọ kuro ninu gbogbo awọn ẹṣẹ to ti kọja, awọn ti isinsinyi ati awọn ti ọjọ iwaju, O si n ṣiṣẹ ninu ọkan wa ki a ma baa tẹsiwaju lati maa gbe ninu ẹṣẹ.

1Johanu 1: 7 Ṣugbọn bi awa ba nrìn ninu imọlẹ, bi oun ti mbẹ ninu imọlẹ, awa ní ìdàpọ̀ pẹlu ara wa, ẹ̀jẹ Jesu Kristi Ọmọ rẹ̀ ni nwẹ̀ wa nù kuro ninu ẹṣẹ gbogbo.

JESU mu wa pada sọdọ Baba.

Johanu 20:17 Jesu wi fun u pe, Máṣe fi ọwọ́ kàn mi; nitoriti emi kò ti i gòkè lọ sọdọ Baba mi: ṣugbọn lọ sọdọ awọn arakunrin mi, si wi fun wọn pe, Emi ngòke lọ sọdọ Baba mi, ati Baba yin; ati sọdọ Ọlọrun mi, ati Ọlọrun yin.

Ẹbọ Arugbẹhin Jesu sọ ọ di Olugbala wa

Matiu 1:21 " Yio si bí ọmọkunrin kan, Jesu ni iwọ o pè orukọ rẹ̀: nitori oun ni yio gbà awọn eniyan rẹ̀ là kuro ninu ẹṣẹ wọn."

Johanu 1: 1 Li àtètèkọ́ṣe li Ọ̀rọ wà, Ọ̀rọ si wà pẹlu Ọlọrun, Ọlọrun si li Ọ̀rọ̀ na. 2 Oun na li o wà li àtetekọṣe pẹlu Ọlọrun. 3 Nípasẹ̀ rẹ̀ li a ti da ohun gbogbo; lẹhin rẹ̀ a ko si da ohun kan ninu ohun ti a da. 4 Ninu rẹ̀ ni iyè wà; iyè na si ni ìmọ́lẹ̀ araye. 5 Imọlẹ na si nmọlẹ ninu òkùnkùn; òkùnkùn na kò si bori rẹ̀. 6 Ọkunrin kan wà ti a rán lati ọdọ Ọlọrun wá, orukọ ẹniti nje Johanu. 7 Oun na li a si rán fun ẹri, ki o le ṣe ẹlẹri fun imọlẹ na, ki gbogbo eniyan ki o le gbagbọ́ nipasẹ rẹ̀. 8 Oun kì í ṣe ìmọ́lẹ̀ naa, ṣugbọn a rán an wá lati ṣe ẹlẹri fun Imọlẹ naa. 9 Imọlẹ otitọ mbẹ ti ńtàn mọlẹ fun olúkúlùkù eniyan ti o wá si aye. 10 Oun si wà li aye, nipasẹ rẹ̀ li a si ti da aye, aye kò si mọ̀ ọ. 11 O tọ̀ awọn tirẹ̀ wá, awọn ará tirẹ̀ kò si gbà a. 12 Ṣugbọn iye awọn ti o gbà a, awọn li o fi agbara fun lati di ọmọ Ọlọrun, ani awọn na ti o gba oruko rẹ̀ gbọ́: 13 Awọn ẹniti a bí, kì í ṣe nipa ti ẹ̀jẹ̀, tabi nipa ti ifẹ ara, bẹ̃ni kì í ṣe nipa ifẹ ti eniyan, bikoṣe nipa ifẹ ti Ọlọrun. 14 Ọ̀rọ̀ na si di ara, oun si mba wa gbé, (awa si ńwò ogo rẹ̀, ogo bi ti ọmọ bíbí kanṣoṣo lati ọdọ Baba wá,) o kún fun ore-ọfẹ ati otitọ.

AGBEYẸWOWO: TA NI JÉSÙ?

1. Jesu ni _____ Ọlọrun.

2. Jesu ni Emmanuẹli - Ọlọrun ninu _____.

3. Jesu di _____ lati _____ eniyan là.

4. Ọlọrun ran Jesu lati di "ẹbọ _____ fun _____ wa."

5. Ṣugbọn bi awa ba _____ ninu imọlẹ, bi _____ ti mbẹ ninu imọlẹ, awa ní _____ pẹlu ara wa, _____ Jesu Kristi Ọmọ rẹ̀ ni _____ wa nù kuro ninu ẹṣẹ gbogbo.

6. Ẹbọ arugbẹhin Jesu sọ Ọ di _____ wa.

7. Ṣugbọn iye awọn ti o gbà a, awọn li o fi _____ fun lati di _____ Ọlọrun, ani awọn na ti o _____ orukọ rẹ̀ gbọ́:

8. Ọ̀rọ̀ na si di _____, oun si mba wa gbé, (awa si ńwò ogo rẹ̀, ogo bi ti ọmọ bíbí kanṣoṣo lati ọdọ Baba wá,) o kún fun ore-ọfẹ ati otitọ.

Ori 6
KINI IRONUPIWADA?

Nisisiyi a ṣe idamọn pe a ni iṣoro. Ẹṣẹ ti ya wa kuro lọdọ Olọrun. Olọrun Abrahamu, Isaaki ati Jakọbu ran Ọmọ Rẹ lati jẹ Ẹbọ Arugbẹyin wa.

Bawo ni a o ṣe de ibi ti Olọrun n mu wa lọ?

Ṣe ìwájinlẹ̀ awọn ọrọ ati awọn ibeere isalẹ yi ki o si gba Jesu laaye lati ṣafihan ọna sọdọ Olọrun fun ọ.

KINI ịsoro naa?

Jẹnẹsisi 3:22 OLUWA Ọlọrun si wipe, Wò ó, ọkunrin na dabi ọkan ninu wa lati mọ̀ rere ati bururu: njẹ nisisiyi ki o má baà nà ọwọ́ rẹ̀ ki o si mu ninu eso igi ìyè pẹlu, ki o si jẹ, ki o si yè titi lai: 23 Nitorina OLUWA Ọlọrun lé e jade kuro ninu ọgbà Edẹni, lati ma ro ilẹ ninu eyiti a ti mu u jade wá. 24 Bẹ̃li o lé ọkunrin na jade; o si fi awọn kerubu ati idà ina dè ìha ìla-õrùn Edẹni ti ńjù kakiri, lati ma ṣọ́ ọ̀na igi ìyè na.

Romu 3:23 Gbogbo eniyan li o sá ti ṣẹ̀, ti wọn si kuna ògo Ọlọrun;

Romu 5:12 Nitori gẹgẹ bi ẹ̀ṣẹ̀ ti ti ipa ọdọ eniyan kan wọ̀ aye, ati ikú nipa ẹ̀ṣẹ̀; bẹ̃ni ikú si kọja sori eniyan gbogbo, lati ọdọ ẹniti gbogbo eniyan ti dẹ́ṣẹ̀:

KINI Ojútùú naa?

Ironupiwada - Johannu Onitẹbọmi wa sáájú lati pèsè agbaye silẹ fun Jesu:

Iṣe Awọn Apọsteli 19: 4 Paulu si wipe, Nitõtọ, ni Johanu fi baptisimu ti ironupiwada baptisi, o nwi fun awọn eniyan pe, ki wọn ki o gbà ẹniti ḿbọ̀ lẹhin oun gbọ, eyini ni Kristi Jesu.

IKABAMỌN ENIYAN kiiṣe Ironupiwada

2 Korinti 7:10 Nitoripe ibanujẹ ẹni ìwa-bi-Ọlọrun a ma ṣiṣẹ ironupiwada si igbala ti kì í mu abamọ wá: ṣugbọn ibanujẹ ti aye a ma ṣiṣẹ ikú.

Apeere ikabamọ laisi ironupiwada:

Matiu 27:3 Nigbana ni Judasi, ẹniti o fi i hàn, nigbati o ri pe a dá a lẹbi, o ronupiwada, o si mu ọgbọ̀n owo fadaka na pada wá ọdọ awọn olori alufa ati awọn àgbãgba, 4 O wipe, emi ṣẹ li eyiti mo fi ẹ̀jẹ aláìṣẹ hàn. Nwọn si wipe, Kò kàn wa, mã bojuto o. 5 O si dà owo fadaka na silẹ ni tẹmpili, o si jade, o si lọ iso.

Kini ironupiwada?

Heberu 12:16 Ki o má bā si àgbere kan tabi alaiwa-bi-Ọlọrun bi Esau, ẹniti o ti itori òkèlè onjẹ kan tà ogún ibí rẹ̀. 17 Nitori ẹyin mọ̀ pe lẹhinna ní ani nigbati o fẹ lati jogun ibukun na, a kọ̀ ọ́ (nitori kò ri aye ironupiwada) bi o tilẹ ti fi omije wá a gidigidi.

IBANUJẸ NINU ỌLỌRUN − Ibanujẹ ti Ọlọrun maa n mu ṣiṣe nkan nipa ìṣẹ̀lẹ̀ naa lọwọ.

Matiu 21:29 O si dáhùn wipe, Emi kì yio lọ: ṣugbọn o ronu nikẹhin, o si lọ. 30 O si tọ̀ ekeji wá, o si wi bẹ̃ gẹgẹ. O si dahùn wi fun un pe, Emi o lọ, baba: kò si lọ. 31 Ninu awọn mejeji, ewo li o ṣe ifẹ baba rẹ̀? Nwọn wi fun u pe, Eyi ekini ...

2 Korinti 7:10 Nitoripe ibanujẹ ẹni ìwa-bi-Ọlọrun a ma ṣiṣẹ ironupiwada si igbala ti kì mu abamọ wá: ṣugbọn ibanujẹ ti aye a ma ṣiṣẹ ikú. 11 Kiyesi i, nitori ohun kanna yi ti a mu yin banujẹ fun bi ẹni ìwa-bi-Ọlọrun, iṣọra ti o mu ba yin ti kara to, ijirẹbẹ yin ti tó, ani irunu, ani ibẹru, ani ifẹ gbigbona, ani itara, ani igbẹsan! Ninu ohun gbogbo ẹ ti farahan pe ara yin mọ́ ninu ọran na.

Matiu 5:6 Alábùkún-fún li awọn ẹniti ebi npa ati ti oungbẹ ngbẹ sipa ododo: nitori nwọn ó yo.

Matiu 5:8 Alábùkún-fún li awọn oninu-funfun: nitori nwọn ó ri Ọlọrun.

Njẹ o ni nkan ti iwọ yoo fẹ lati ronupiwada kuro ninu rẹ? Ṣe o ti beere lọwọ Jesu Ẹbọ Arugbẹhin lati wa sinu ọkan rẹ ki o si fun ọ ni igbesi aye tuntun? Njẹ o ti ba ara rẹ ni ipo ti o ti n sa fun ẹṣẹ ti o si n ṣe ohun ti ìwọ́ ro pe o tọ, ti o ko maa wo ohun ti Ọlọrun Abrahamu, Isaaki ati Jakọbu sọ pe o tọ? Boya iwọ yoo fẹ lati gbadura ki o beere lọwọ Rẹ fun idariji, ki o si bẹrẹ igbesi-aye tuntun naa bayi.

Ti eyi ba ṣe apejuwe ohun ti o n ni imọlara rẹ ninu ọkan rẹ ni bayi, lọ si "KINI MO GBỌDỌ ṢE LATI DI GBIGBALA" ka ori-ẹkọ kukuru nni, gbadura si Ọlọrun ki o si jẹwọ gbogbo awọn ẹṣẹ rẹ fun un, beere lọwọ Rẹ ki O dari ji ọ, beere lọwọ Rẹ fun igbe aye tuntun ninu Rẹ. Wa onigbagbọ ti o ti dagba ninu igbagbọ ti o le e maa ṣe iranlọwọ fun ọ bi o ṣe nrin ni ìrìn tuntun yii.

AGBEYẸWO: KINI IRONUPIWADA?

1. Gbogbo eniyan li o sá ti _____, ti wọn si _____ _____ Ọlọrun.

2 Bawo ni a o ṣe de ibi ti Ọlọrun fẹ mu wa lọ?
a. nipa gbigbiyanju lati dẹkun i ṣe eyi ti o n jẹ ki jina si Ọlọrun
b. nípa pínpín oúnjẹ si ibi ti awọn alainile n gbe
d. nipa lilọ si ile ijọsin lẹẹmeji ninu ọsẹ
e. nipa rironupiwada kuro ninu ohun ti o ti ya wa (ẹṣẹ wa) kuro lọdọ Ọlọrun

3. Ikabamọ eniyan jẹ ọkanna pẹlu ironupiwada kuro ninu awọn ẹṣẹ wa, o n gba wa la kuro ninu ijiya ẹṣẹ.
a. Bẹẹni
b. Bẹẹkọ

4. _____ ti Ọlọrun maa n mu _____ nkan nipa ìṣẹ̀lẹ̀ naa lọwọ.

5. "O si dáhùn wipe, Emi kì yio lọ: ṣugbọn o _____ nikẹhin, o si lọ."

6. " Alábùkún-fún li awọn _____: nitori nwọn ó _____ Ọlọrun."

7. Njẹ o ti ba ara rẹ ni ipo ti o ti n _____ fun ẹṣẹ ti o si n ṣe ohun ti _____ _____ pe o tọ, ti o ko maa wo ohun ti _____ Abrahamu, Isaaki ati Jakobu sọ pe o _____? Boya iwọ yoo fẹ lati _____ ki o beere lọwọ Rẹ fun _____ ki o si bẹrẹ _____ _____ naa bayi.

Ori 7

KINI IGBALA?

I`gbàlà - ẹbun ti o n wa nipasẹ gbigba Jesu Kristi "Ẹbọ Arugbẹhin" naa ti o mu wa pada sọdọ Baba, pada si ẹniti a ṣẹda wa lati jẹ ati ti o mu wa wa si ibiti a o ti lo ayeraye pẹlu Ẹlẹda wa.

Igbala bẹrẹ pẹlu wa. Ọlọrun ti funni ni Ẹbun náà ná, Jesu ti ku o si ti jinde, nibayi o ku si wa lọwọ. Kini a o ṣe pẹle ẹbùn yi?

Ṣe ìwájinlẹ̀ awọn asọye ati awọn ibeere isalẹ yi ki o si gba Ọlọrun laaye lati ṣafihan Ẹbun Igbala Rẹ si ọ.

KINI idi ti a fi nilo Igbala?

Ọlọrun, Ẹlẹda Agbaye -
   Rin pẹlu Adamu ati Efa ninu Ọgbà.
   Adamu ṣẹ.
   Ẹ̀ṣẹ Adamu yà á ati gbogbo awọn arọmọdọmọ rẹ kuro lọdọ Ọlọrun.

Jẹnẹsisi 3:24 Bẹ̃li o lé ọkunrin na jade; o si fi awọn kerubu ati idà ina dè ìha ìla-õrùn Edẹni ti ńjù kakiri, lati ma ṣọ́ ọ̀na igi ìyè na.

Isikiẹli 36:17 Ọmọ eniyan, nigbati ile Israeli ngbe ilẹ ti wọn; nwọn bà a jẹ nipa ọ̀na wọn, ati nipa iṣe wọn: ọ̀na wọn loju mi dabi aimọ́ obinrin ti a mu kuro.

KINI o ṣẹlẹ lakoko Igbala?

Nigba ti Jesu ku lori igi agbelebu, O mu Ẹṣẹ naa lọ sinu isà-òkú, O lọ taara si ọrun-apadi, o si mu awọn kọkọrọ ti o yà wá kuro lọdọ Ọlọrun, lẹsẹkẹsẹ kuro lọwọ Satani, Jesu si ṣẹ ogun naa níbẹ̀ fun iwọ ati emi. Bi Igbala ṣe bẹrẹ nìyí, o si wa kù sí wa lọ́wọ́ bayi lati gba a.

Ọlọrun ti nawọ́ igbesi aye tuntun sí wa:

Àfàyọ lati inu "Ìbí Tuntun ati Ìpilẹ̀" lati ọwọ Rev. Agnes I. Numer
   Ninu Isikiẹli 36 Ọlọrun nsọ fun wa nipa Ìbí Tuntun, kini Ìbí Tuntun naa?
   Ọlọrun wípé, Emi yoo mu ọ jade kuro laarin awọn keferi ati awọn keferi kuro laarin rẹ. Emi o mu panṣaga kuro lọdọ rẹ. O wipepe emi yoo fi emi tuntun sinu rẹ. Kini emi yìí? Ẹmi naa ti Adamu ati Efa ní ki wọn to dẹ̀ṣẹ̀.
   Eyi ni emi tuntun naa ti a n fi fun wa pada nigbati a ba di atunbi.

Kini Igbala?

Kini oun ti O n sọ tumọ si? Oun ti O n sọ ko tumọ sípé a o tun wa bi ninu ara, oun ti O n sọ tumọ si pe Oun yoo fi Ẹmi Tuntun sinu wa, Ibẹrẹ Tuntun, Ìbí Tuntun. A o tun wa bi pada sinu Ọgbà Edẹni, a o mu wa pada si akoko naa nigbati wọn wa laini ẹṣẹ ti wọn si ni idapọ pẹlu Rẹ.

O wipe Emi yoo mu gbogbo rẹ kuro ninu rẹ, Emi yoo fun ọ ni ẹmi tuntun, Emi yoo si fi ọkan tuntun sinu rẹ. O ni lati mu ọkan atijọ kuro, O si fi ọkan tuntun sibẹ, ọkan bii ifẹ Ọlọrun ... nitorinaa, ọkan nnì n di atunbi. O n fi ẹmi tuntun ati okan tuntun kun un, leyin naa o n fi emi Re sinu wa ki awa ki o le gbọ ki a si gbọran si i.

Esekieli 36:24 Nitori emi o mu nyin kuro lārin awọn keferi, emi o si ṣà yin jọ kuro ni gbogbo ilẹ, emi o si mu nyin padà si ilẹ ti yin. 25 Nigbana ni emi o fi omi mímọ́ wọn yin, ẹyin o si mọ́: emi o si wẹ yin mọ́ kuro ninu gbogbo ẹgbin yin ati kuro ninu gbogbo oriṣa yin. 26 Emi o fi ọkàn titun fun yin pẹlu, ẹmi titun li emi o fi sinu yin, emi o si mu ọkàn okuta kuro lara yin, emi o si fi ọkàn ẹran fun yin. 27 Emi o si fi ẹmi mi sinu yin, emi o si mu ki ẹ ma rìn ninu aṣẹ mi, ẹyin o pa idajọ mi mọ́, ẹ o si ma ṣe wọn 28 Ẹyin o si ma gbe ilẹ ti emi fi fun awọn baba yin; ẹyin o si ma jẹ́ eniyan mi, emi o si ma jẹ́ Ọlọrun yin. 29 Emi o si gbà yin là kuro ninu àìmọ́ yin gbogbo: emi o si pè ọkà wá, emi o si mu u pọ̀ si i, emi kì yio si mu ìyàn wá ba yin. 30 Emi o si sọ eso-igi di púpọ̀, ati ìbísí oko, ki ẹ má bà gbà ègan ìyan mọ lārin awọn keferi. 31 Nigbana li ẹyin o ranti ọ̀nà buburu yin, ati iṣe yin ti kò dara, ẹ o si sú ara yin li oju ara yin fun aiṣedēde yin, ati fun irira yin.

2 Korinti 5:17 Nitorina bi ẹnikẹni ba wà ninu Kristi, o di ẹda titun: ohun atijọ ti kọja lọ; kiyesi i, nwọn si di titun.

BÁWO ni Igbala ṣe n bẹrẹ?

O ku si ọwọ wa lati ronupiwada kuro ninu awọn ẹṣẹ wa ati lati gba Ẹbọ Arugbẹyin Rẹ. Nibayi Oun yoo ran wa lọwọ lati gbe iyoku igbesi aye wa fun Un.

Romu 10:9 Pe, bi iwọ ba fi ẹnu rẹ jẹwọ Jesu li Oluwa, ti iwọ si gbàgbọ́ li ọkàn rẹ pe, Ọlọrun jí i dide kuro ninu òkú, a o gbà ọ là.

Efesu 2: 8 Nitori ore-ọfẹ li a ti fi gbà yin là nipa ìgbàgbọ́; ati eyini kì í ṣe ti ẹyin tikarayin: ẹ̀bun Ọlọrun ni: 9 Kì í ṣe nipa iṣẹ, ki ẹnikẹni má bā ṣogo. 10 Nitori awa ni iṣẹ ọwọ́ rẹ̀ ti a ti dá ninu Kristi Jesu fun iṣẹ rere, ti Ọlọrun ti pèsè tẹlẹ, ki awa ki o le mā rìn ninu wọn.

Johanu 3:15 Ki ẹnikẹni ti o ba gba a gbọ, ki o má ba ṣègbé, ṣugbọn ki o le ni ìye ainipẹkun. 16 Nitori Ọlọrun fẹ araye tobẹ̃ gẹ, ti o fi Ọmọ bíbí rẹ̀ kanṣoṣo funni, ki ẹnikẹni ti o ba gbà á gbọ́ má bà ṣègbé, ṣugbọn ki o le ni ìyè ainipẹkun. 17 Nitori Ọlọrun kò rán Ọmọ rẹ̀ si aye lati da araye lẹjọ; ṣugbọn ki a le ti ipasẹ rẹ̀ gbà araye là. 18 Ẹniti o ba gbà á gbọ́, a ko ni dá a lẹjọ; ṣugbọn a ti da ẹniti kò gbà á gbọ́ lẹjọ na, nitoriti kò gbà orukọ Ọmọ bíbí kanṣoṣo ti Ọlọrun gbọ́. 19 Eyi ni idajọ na pe, imọlẹ wá si aye, awọn eniyan si fẹ òkùnkùn jù imọlẹ lọ, nitoriti iṣẹ wọn buru. 20 Nitori olukuluku ẹniti o ba hùwà buburu ni ikorira imọlẹ, ki i si wá si imọlẹ, ki a máṣe bá iṣẹ rẹ̀ wí. 21 Ṣugbọn ẹniti o ba nṣe otitọ ni i wá si imọlẹ, ki iṣẹ rẹ̀ ki o le fi ara hàn pe, a ṣe wọn nipa ti Ọlọrun.

KILODE to fi jẹ pẹlu ilana?

Lẹhin ti a ti gba Igbala Rẹ a gbọdọ gba Ọlọrun laaye lati dari wa ninu igbesi aye tuntun yii 39

Filippi 2:12 Nitorina ẹyin olufẹ mi, gẹgẹ bi ẹyin ti ngbọran nigbagbogbo, kì í ṣe nigbati mo wà lọdọ yin nikan, ṣugbọn papa nisisiyi ti emi kò sí, ẹ mā ṣiṣẹ igbala yin yọri pẹlu ìbẹ̀rù ati ìwárìrì. 13 Nitoripe Ọlọrun ni nṣiṣẹ ninu yin, lati fẹ ati lati ṣiṣẹ fun ifẹ inu rere rẹ̀.

Àìsáyà 26:12 Oluwa, iwọ o fi idi alafia mulẹ fun wa: pẹlupẹlu nitori iwọ li o ti ṣe gbogbo iṣẹ wa fun wa. 13 Oluwa Ọlọrun wa, awọn oluwa miran lẹhin rẹ ti jọba lori wa: ṣugbọn nipa rẹ nikan

Kini Igbala?

li awa o da orukọ rẹ sọ. 14 Awọn okú, wọn kì yio yè; awọn ti ngbe isà-òkú, wọn kì yio dide; nitorina ni iwọ ṣe bẹ̀ wọn wò ti o si pa wọn run, ti o si mu ki gbogbo iranti wọn parun.

BAWO ni a ṣe le daabobo iru ẹbun nla bẹẹ?

- Rin ninu imọlẹ

1 Johanu 1:4 Awa si kọwe nkan wọnyi si yin, ki ayọ̀ yin ki o le di kikún. 5 Eyi si ni iṣẹ ti awa ti gbọ́ lẹnu rẹ̀ ti awa si ńjẹ́ fun yin, pe imọlẹ li Ọlọrun, òkùnkùn kò sì sí lọdọ rẹ̀ rara. 6 Bi awa ba wipe awa ní ìdàpọ̀ pẹlu rẹ̀, ti awa si nrìn ninu òkùnkùn, awa nṣeke, awa kò si ṣe otitọ:

- Ni idapo pẹlu Ọlọrun ati Awọn eniyan Mimọ miiran

7 Ṣugbọn bi awa ba nrìn ninu imọlẹ, bi oun ti mbẹ ninu imọlẹ, awa ní ìdàpọ̀ pẹlu ara wa, ẹjẹ Jesu Kristi Ọmọ rẹ̀ ni nwẹ̀ wa nù kuro ninu ẹṣẹ gbogbo.

- Jẹ ki Awọn Ẹṣẹ wa jẹ́ Jijẹwọ

8 Bi awa ba wipe awa kò li ẹṣẹ, awa tàn ara wa jẹ, otitọ kò si si ninu wa. 9 Bi awa ba jẹwọ ẹṣẹ wa, olōtọ ati olododo li oun lati dari ẹṣẹ wa jì wá, ati lati wẹ̀ wá nù kuro ninu aiṣododo gbogbo. 10 Bi awa ba wipe awa kò dẹ́ṣẹ̀, awa mu u li eke, ọrọ rẹ̀ kò sì sí ninu wa.

Johanu 3:21 Ṣugbọn ẹniti o ba nṣe otitọ ni i wá si imọlẹ, ki iṣẹ rẹ̀ ki o le fi ara hàn pe, a ṣe wọn nipa ti Ọlọrun.

ṆJẸ́ O lè pàdánù Ìgbàlà?

Heberu 6:1 Nitorina ki a fi ipilẹṣẹ ẹkọ́ Kristi silẹ, ki a lọ si pipé; li aitún fi ipilẹ ironupiwada kuro ninu okú iṣẹ lelẹ, ati ti igbagbọ́ sipa ti Ọlọrun, 2 Ati ti ẹkọ́ ti iwẹnu, ati ti igbọwọle-ni, ati ti ajinde òkú, ati ti idajọ ainipẹkun. 3 Eyi li awa ó si ṣe, bi Ọlọrun fẹ. 4 Nitori awọn ti a ti là loju lẹ̃kan, ti wọn si ti tọ́ ẹ̀bùn ọ̀run wò, ti wọn si ti di alabapin Ẹ̀mí Mímọ́, 5 Ti wọn si ti tọ́ ọ̀rọ̀ rere Ọlọrun wò, ati agbara aye ti ḿbọ̀, 6 Ti wọn ba ṣubu kuro, ko le ṣe i ṣe lati sọ wọn di ọtun si ironupiwada, nitori wọn tún kàn Ọmọ Ọlọrun mọ agbelebu si ara wọn li ọtun, wọn si dojutì i ni gbangba.

AGBEYẸWO: KINI IGBALA?

1. Igbala ni ẹbun ti o wa nipasẹ _____ Jesu, ẹbọ arugbẹyin.

2. A nilo igbala nitori _____ Adam _____ oun ati gbogbo _____ rẹ kuro lọdọ Ọlọrun

3. Kini o ṣẹlẹ lakoko Igbala? Nigbati Jesu ku lori igi agbelebu, O mu _____ lọ sinu isà-òkú. O lọ taara si _____, o si mu awọn _____ ti o _____ wa kuro lọdọ Ọlọrun, lẹsẹkẹsẹ kuro lọwọ Satani, Jesu si ṣẹ ogun naa níbẹ̀ fun iwọ ati emi. Bi Igbala ṣe bẹrẹ nìyí, o si wa kù sí wa lọ́wọ́ bayi lati _____ a!

4. Nitorina, bi ẹnikẹni bá wà _____ _____, o di _____ _____: ohun atijọ ti _____ _____; kiyesi i, nwọn si di _____.

5. Igbala - "Pe, bi iwọ ba fi ẹnu rẹ _____ pe _____ li _____, ti iwọ si gbàgbọ́ li _____ rẹ pe, Ọlọrun _____ dide kuro ninu òkú, a o _____ ọ là."

6. Ṣugbọn ẹniti o ba nṣe _____ ni i wá si _____, ki iṣe rẹ̀ ki o le fi ara hàn pe, a ṣe wọn nipa ti Ọlọrun.

7. Ilana - Lẹhin ti a ti gba _____ Rẹ a gbọdọ gba Ọlọrun _____ lati _____ wa ninu igbesi aye tuntun yii.

8. Daabobo Ẹbun (Igbala) naa - Ni idapọ: Ṣugbọn bi awa ba _____ ninu imọlẹ, bi oun ti mbẹ ninu imọlẹ, awa ní ìdàpọ̀ pẹlu ara wa, _____ Jesu Kristi Ọmọ rẹ̀ ni nwẹ̀ wa nù kuro ninu ẹṣẹ gbogbo. Jẹ ki ẹṣẹ wa jẹ́ _____.

9. Njẹ O le Padanu Igbala Rẹ? - "Ti wọn si ti tọ́ ọ̀rọ̀ rere Ọlọrun wò, ati agbara aye ti ḿbọ̀, ti wọn ba _____ _____, ko le ṣe i ṣe lati sọ wọn di ọtun si _____; nitori wọn tún kàn Ọmọ Ọlọrun mọ agbelebu si ara wọn li _____, wọn si _____ i ni gbangba."

Ori 8
KINI ITẸBỌMI OMI?

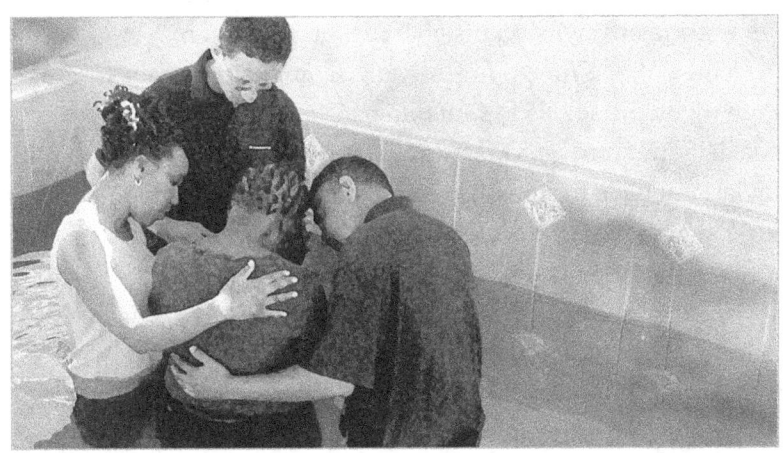

Àfàyọ "Agbara Itẹbọmi Omi" lati ọwọ
Rev. Agnes I. Numer

"Ti a o ba ni òye ète Ọlọrun fun Itẹbọmi Omi ni tootọ, nigba naa ti a ba baptisi wa ninu omi ọpọlọpọ "ìdìkudì" yoo jẹ yiyanju. Itẹbọmi omi jẹ sínsin(bíbòmọ́lẹ̀). A n sin wa pẹlu Jesu. Eyi lagbara, ipá lati dẹ́ṣẹ̀, awọn nkan ti ara nni ninu aye wa, ẹ jẹ ki a sin wọn pẹlu Rẹ ki a si wa sókè laisi ninu Ẹ̀ṣẹ kankan, ṣugbọn ninu Òdodo.

Nigbati Jesu ku lori igi agbelebu O sọkalẹ lọ sinu isà-òkú naa ni gbigba Èṣẹ gbogbo agbaye sori Rẹ, O lọ si ọrun apadi o si mu awọn kọkọrọ naa o si jáwọn gba kuro lọwọ Satani, O si wipe nibayi Èmi o fi awọn kọkọro wọnyi fun awọn wọnyi ti Mo ti rapada - Jesu bori ogun naa nibẹ fun iwọ ati Emi.

Eyi ni idi ti o fi ṣe pataki fun wa lati ṣe itẹbọmi omi. O jẹ ọkan ninu Ìpìlẹ̀ Ẹ̀mí wa.

Nipasẹ itẹbọmi omi, Jesu wi fun Satani, "**Ko le ṣẹlẹ mọn** pe iwọ yoo ni Iṣakoso lori wọn. Nigbati wọn ba lọ si isa oku olomi nni pẹlu Mi, **ohun gbogbo** ti o ni ninu wọn ti lọ. Emi yoo tu wọn silẹ, Emi yoo mu wọn wa sókè ninu aye tuntun, Emi yoo mu wọn wá sókè ninu agbara ajinde Mi. Iwọ ko ni ijẹgaba lori wọn mọn Satani, Mo ti gba a kuro lọwọ rẹ Mo si ti fi si ọwọ wọn. Ati nisinsinyi wọn ni agbara ati ijẹgaba lori rẹ."

Kini a nkọ? Kini a ti fun eniyan? Satani ko ni ijẹgaba lori rẹ mọn nigba ti o sọkalẹ lọ sinu omi naa, o fi ogbologbo ẹni ara naa, lélẹ̀ sinu omi na. O ti fi ẹni ara nni pada fun Satani, o sọ fun un lati mu pada lọ sinu ọ̀fìn. Ni bayi, o jade ninu Itẹbọmi Omi ninu agbara nla ajinde ti Jesu Kristi.

Iwọ yoo jade wá; o kú nibẹ o si fi aye ti ara nni silẹ séyìn. Bi Jesu ṣe mu ọ wa soke, O mu ọ wa soke sinu Iye Ajinde, O fi awọn kọkọrọ si Ijọba si ọwọ rẹ, awọn kọkọrọ lori Satani. Gbọ́ mi... O si mu ọ jade wa ni ominira, O sọ ọ di ominira kuro ninu ẹṣẹ nipasẹ ẹjẹ iyebiye ati iku rẹ. Ati bi O ti gba awọn kọkọrọ naa lọwọ Satani, bi o ṣe jade wa ninu Rẹ ni agbara ajinde - iwọ ni awọn kọkọrọ naa ni ọwọ rẹ bayi!

Eyi li ọ̀rọ Ọlọrun; eyi ni agbara Ihinrere naa, ti ijọba Ọlọrun, ati Emi yii kanna ti o ji Jesu dide kuro ninu okú, o sọ ara kúkú rẹ di ààyè.

Iwọ jade wa soke ninu omi nni pẹlu igbesi aye tuntun, iwọ jade ni ẹda tuntun, o si jade ni Ọmọ Ọlọrun. Kii ṣe omi naa... ṣugbọn o jẹ ohun ti Jesu sọ lati ṣe ati lẹhinna Oun yoo tu wa silẹ. Ṣugbọn ti awa ko ba mọ otitọ, bawo ni a o ṣe wọ inu rẹ? Eyi jẹ

Kini Itẹbọmi omi?

ọkan ninu awọn ẹkọ ti o niyelori julọ fun wa lati wọ inu agbara ati aṣẹ Jesu Kristi.

Eyi ni ibiti oore-ọfẹ ti bẹrẹ...

Nipasẹ Itẹbọmi Omi, a n fi ẹṣẹ silẹ sẹyin ni isà-òkú omi, oore-ọfẹ si bẹrẹ, bawo ni oore-ọfẹ yii ti ṣe pọ to.

Ọrọ naa iwa-bi-Ọlọrun tumọn si, ṣiṣe afihan awọn iwa tabi abuda Ọlọrun. Ṣugbọn itẹbọmi omi kii ṣe afihan awọn iwa Ọlọrun nikan. O jẹ pe awọn abuda Rẹ wa ninu wa. Nigbati a ba baptisi wa, Ọlọrun sọrọ sinu ẹmi wa, gẹgẹ bi o ti sọ lori Jesu "Eyi ni ayanfẹ Ọmọ mi." O sọ abuda Rẹ sinu wa. Gẹgẹ bi ẹni pe awa ko dẹṣẹ ri. Abuda tuntun yii fẹran ohun ti Ọlọrun fẹràn.

Eyi ni ibẹrẹ ilana kan.

Ṣe akajinlẹ awọn ọrọ ati awọn ibeere isalẹ yi ki o si gba Ọlọrun laaye lati ṣafihan agbara Itẹbọmi Omi si ọ.

TANI Johanu Onitẹbọmi?

Itẹbọmi Omi jẹ siṣe ninu Bibeli fun igba akọkọ lati ọwọ Johannu Onitẹbọmi. Johanu wa lati pèèlò ọkàn awọn eniyan silẹ nipa wiwaasu ironupiwada ati itẹbọmi. Eyi jẹ tuntun fun awọn Juu ti wọn maa n ṣe awọn irubọ ati fífọ̀ nikan.

Aisaya 40: 3 Ohùn ẹniti nkigbe ni ijù, ẹ tún ọ̀na Oluwa ṣe, ṣe òpópó títọ́ ni aginjù fun Ọlọrun wa.

Maku 1:1 Ibẹrẹ ihinrere Jesu Kristi, Ọmọ Ọlọrun; 2 Bi a ti kọ ọ ninu iwe woli Aisaya: Kiyesi i, mo rán onṣẹ mi ṣiwaju rẹ, ẹniti yio tún ọ̀nà rẹ ṣe niwaju rẹ. 3 Ohùn ẹnikan ti nkigbe ni ijù, Ẹ tún ọna Oluwa ṣe, ẹ ṣe oju ọna rẹ̀ tọ́. 4 Johanu de, ẹniti o n baptisi ni iju, ti o si nwasu itẹbọmi ironupiwada fun idariji ẹṣẹ. 5 Gbogbo ilẹ Judea, ati gbogbo awọn ará Jerusalemu jade tọ̀ ọ́ lọ, a si ti ọwọ́ rẹ̀ baptisi gbogbo wọn li odò Jordani, nwọn njẹwọ ẹṣẹ wọn.

Johanu Onitẹbọmi sọ wipe onigbagbọ gbọdọ mun awọn èso jade ti o fi ironupiwada tootọ han. Awọn apẹẹrẹ niwọnyi: iṣaanu, inu rere, ifẹ, ìlawọ́, iṣotitọ, idajọ ododo, ijolotitọ, iwa tutu, idakẹjẹ, ihuwasi rere ati itẹlọrun.

Luku 3:8 Nitorina ki ẹyin ki o so èso ti o yẹ fun ironupiwada, ki ẹ má si ṣe bẹ̀rẹ̀ si i wi ninu ara yin pe, awa ni Abrahamu ni baba: ki emi ki o wi fun nyin, Ọlọrun le gbe ọmọ dide fun Abrahamu ninu okuta wọnyi.

Johanu Onitẹbọmi sọtẹlẹ pe Messaya naa n bọ ati pe Oun yoo "fi Ẹmi Mimọ ati ina baptisi".

Luku 3:16 Johanu dáhùn o si wi fun gbogbo wọn pe, Lōtọ li emi nfi omi baptisi yin; ṣugbọn ẹniti o lágbára ju mi lọ ṁbọ̀, okùn bàta ẹsẹ ẹniti emi ko to í tú: oun ni yio fi Ẹmí Mímọ́ ati iná baptisi yin:

Awọn apẹẹrẹ Itẹbọmi ninu Majẹmu Lailai Ni ọ̀pọ̀ igba, Ọlọrun maa n peelo awọn eniyan Rẹ silẹ niti awọn ète Rẹ fun ọjọ iwaju nipasẹ awọn apẹrẹ. A tẹ Isrẹli bọmi fun Mọse ninu kùrukùru ati òkun nni.

1 Kọrinti 10:1 Nitori emi kò fẹ ki ẹyin ki o ṣe aláìmọ̀, ara, bi gbogbo awọn baba wa ti wà labẹ awọsanma, ti gbogbo wọn si là okun já;

2 Ti a si baptisi gbogbo wọn si Mose ninu awọsanma ati ninu òkun;

KINI idi ti Jesu fi yan lati ni Itẹbọmi Omi?

Jesu wa si Odò Jọdani lati ki a le baptisi Rẹ lati ọwọ Johanu Onitẹbọmi. Nigbati Johanu gbiyanju lati daa lẹkun Jesu beere fun Johanu lati "gba a laaye ni akoko yii" lati "mu gbogbo ododo ṣẹ." Jesu gbọràn si Ọlọrun lẹnu ni ti Itẹbọmi Omi lati fi apẹẹrẹ han wa. Emi Mimo sọkalẹ sori Jesu lehin ti O ti se itẹbọmi.

Matiu 3:13 Nigbana ni Jesu ti Galili wá si Jordani sọdọ Johanu lati baptisi lọdọ rẹ̀. 14 Ṣugbọn Johanu kọ̀ fun un, wipe, Emi li a ba baptisi lọdọ rẹ, iwọ si tọ̀ mi wá? 15 Jesu si dahùn, o wi fun un pe, jọwọ rẹ bẹ̃ na: nitori bẹ̃li o yẹ fun wa lati mu gbogbo ododo ṣẹ. Bẹ̃li o jọwọ rẹ̀. 16 Nigbati a si baptisi Jesu tan, o jade lẹsẹkanna lati inu omi wá; si wò ó, ọrun ṣí silẹ fun un, o si ri Ẹmí Ọlọrun sọkalẹ bi adaba, o si bà lé e: 17 Si kiyesi i, ohùn

Kini Itẹbọmi omi? 57

kan lati ọrun wá, wipe, Èyí ni ayanfẹ ọmọ mi, ẹniti inu mi dùn si gidigidi.

1 Peteru 2:21 Nitori inu eyi li a pè yin si: nitori Kristi pẹlu jìyà fun yin, o fi apẹrẹ silẹ fun yin, ki ẹyin ki o le mā tọ̀ ipasẹ rẹ̀:

Ọlọrun fun Johanu ni ami pe Jesu ni Kristi Mesaya naa; ati pe yoo rii Ẹmi Mimọ "ti o nsọkalẹ, ti yoo si dúró lori rẹ."

Johanu 1:29 Ni ijọ keji Johanu ri Jesu mbọ̀ wá sọdọ rẹ̀; o wipe, Wò ó, Ọdọ-agutan Ọlọrun, ẹniti o kó ẹ̀ṣẹ aye lọ. 30 Eyi li ẹniti mo ti wipe, ọkunrin kan mbọ̀ wá lẹhin mi, ẹniti o pọ̀ju mi lọ: nitoriti o ti wà ṣiwaju mi. 31 Emi kò si mọ̀ ọ: ṣugbọn ki a le fi i hàn fun Israeli, nitorina li emi ṣe wá ti mo nfi omi baptisi. 32 Johanu si jẹri, o wipe, mo ri Ẹmi sọkalẹ lati ọrun wá bi àdàbà, o si bà le e. 33 Emi kò si mọ̀ ọ: ṣugbọn ẹniti o rán mi wá, lati fi omi baptisi, oun na li o wi fun mi pe, Lori ẹniti iwọ ba ri, ti Ẹ̀mí sọkalẹ si, ti o si bà le e, oun na li ẹniti ńfi Ẹ̀mí Mímọ́ baptisi.

Kini Itẹbọmi Omi?

Itẹbọmi Omi jẹ nigbati onigbagbọ ninu Jesu gba ara rẹ laaye lati jẹ́ títẹ̀ wọ abẹ omi tii ṣe àmin Iku ati Ajinde Jesu Kristi.

Iṣe Awọn Apọsteli 8:36 Bi wọn si ti nlọ li ọ̀na, wọn de ibi omi kan: iwẹfa na si wipe, Wò o, omi niyi; kili o dá mi duro lati baptisi? 37 Filippi si wipe, Bi iwọ ba gbagbọ́ tọkàntọkàn, a le baptisi rẹ. O si dahùn o ni, Mo gbàgbọ́ pe Jesu Kristi, Ọmọ Ọlọrun ni. 38 O si paṣẹ ki kẹkẹ duro jẹ: awọn mejeji si sọkalẹ lọ sinu omi, ati Filippi ati iwẹfa; o si baptisi rẹ̀.

Didarapọ mọ Jesu ninu isinku nipasẹ Itẹbọmi Omi:

- Pa ihuwasi (DNA) nni run - (abuda ẹṣẹ) ti Adamu
- Rọpo ihuwasi (DNA) naa - (abuda Tuntun) ti Jesu Kristi.

Nipasẹ Itẹbọmi Omi a n ṣe pàsípààrọ̀ abuda ẹ̀ṣẹ Adam pẹlu abuda Tuntun ti Jesu Kristi ti Ọlọrun ti mi si!

A ko jẹ ẹrú si ẹṣẹ mọ, ṣugbọn nipa ifẹ, awa jẹ iranṣẹ ododo

Nipasẹ Itẹbọmi Omi, Ẹmi Mimọ n fun wa ni agbara lati gbe igbe aye ominira kuro ninu jijẹ òǹdè si ẹṣẹ.

A ko gbọdọ jẹ ki ẹṣẹ jọba ko si gbọdọ bori ninu ara wa. A ni ominira lati gbe ninu ododo si Ọlọrun. A ko jẹ ẹrú si ẹṣẹ mọ, ṣugbọn nipa ifẹ, awa jẹ iranṣẹ ododo.

Romu 6:3 Tabi ẹ kò mọ̀ pe, gbogbo wa ti a ti baptisi sinu Kristi Jesu, a ti baptisi wa sinu ikú rẹ̀? 4 Njẹ a fi baptismu sinu ikú sin wa pọ̀ pẹlu rẹ̀: pe gẹgẹ bi a ti jí Kristi dide kuro ninu òkú nipa ogo Baba bẹ̃ni ki awa pẹlu ki o mã rìn li ọtun ìwà.

Romu 6:18 Bi a si ti sọ yin di ominira kuro ninu ẹ̀ṣẹ̀, ẹyin di ẹrú ododo.

TANI O Yẹ ki O ni Itẹbọmi Omi?

Itẹbọmi Omi - Gbólóhùn kan si Agbaye!

Sakiyesi pe gbogbo eniyan ni a baptisi. Eyi ni ami ti ọmọlẹhin Kristi. O jẹ gbolohun asọye fun gbogbo eniyan lati rii. Ninu ọpọlọpọ awọn asa, ni kete ti a ba ti baptisi rẹ bii Kristiẹni, wọn leè lé ọ jade nilu tabi ki a pa ọ. O n wi pe, "Mo ti pinnu lati tẹle Jesu ... Ko si yiyi pada"

1 Korinti 12:13 Nitoripe ninu Ẹ̀mí kan li a ti baptisi gbogbo wa sinu ara kan, iba ṣe Juu, tabi Hellene, iba ṣe ẹrú, tabi ominira; a si ti mú gbogbo wa mu ninu Ẹ̀mí kan.

Marku 16:16 Ẹniti o ba gbàgbọ́, ti a ba si baptisi rẹ yio là; ṣugbọn ẹniti kò ba gbagbọ́ yio jẹbi.

Iṣe Awọn Apọsteli 2:38 Peteru si wi fun wọn pe, Ẹ ronupiwada, ki a si baptisi olukuluku yin li orukọ Jesu Kristi fun idariji ẹ̀ṣẹ yin, ẹyin o si gbà ẹbun Ẹ̀mí Mímọ́..

Kini Itẹbọmi omi? 59

JESU paṣẹ fun wa lati baptisi gbogbo awọn orilẹ-ede.

Matiu 28:18 Jesu si wá, o si sọ fun wọn, wipe, Gbogbo agbara li ọrun ati li aye li a fifun mi. 19 Nitorina ẹ lọ, ẹ ma kọ́ orilẹ-èdè gbogbo, ki ẹ si ma baptisi wọn li orukọ Baba, ati ni ti Ọmọ, ati ni ti Ẹ̀mí Mímọ́: 20 Ki ẹ ma kọ́ wọn lati ma kiyesi ohun gbogbo, ohunkohun ti mo ti pa li aṣẹ fun yin: ẹ si kiyesi i, emi wà pẹlu yin nigbagbogbo, titi o fi de opin aye.

Àfàyọ lati inu "Gbigba Alaafia Ọlọrun Pipe Laaye" lati ọwọ Rev. Agnes I. Numer

Jesu Pa "Ogbologbo Okunrin Ẹ̀ṣẹ̀ Nni" Run

"E mọn eyi, mo kẹkọ ni ile ijọsin kan ti o sọrọ nipa ìwẹnùmọ́. Lẹhinna nigbati mo bẹrẹ sii ka Ọrọ nni ni ọna ti Ọlọrun fi í fun mi, mo ri nkan ti o yatọ. Wọn sọrọ nipa ogbologbo okunrin ẹṣẹ naa. Nje o se alabapade rẹ ri? Nje o tilẹ̀ mọ ọ ri? O ti mu ki ọpọlọpọ awọn Kristiani ni ìpòruurù. Njẹ o mọn oun ti eyi tumọ si? Mo maa n ro nigba kan ri pe, ko buru, jíjẹ́ eniyan inu rẹ lo n farahan. Eyi jẹ gbolohun kan to maa n jẹyọ ni ile ijọsin kan ti mo dagba ninu rẹ. Ti o ba gbe ohun rẹ soke tabi ti o sọ ohun kan ti wọn ko fọwọsi, "Oh, jíjẹ́ eniyan rẹ lo n farahan yẹn!" Mo ni iroyin fun ọ. Jesu wipe Oun mu u lọ si ori igi agbelebu. O dari awọn ẹṣẹ wa jì nipaṣẹ ẹjẹ Rẹ ti o ta silẹ. O pa ẹṣẹ Adam run ninu rẹ, nitorina kini O ṣe? O mu u lọ si ori igi agbelebu. O jẹ ègún ti a fi sibẹ nipa isubu eniyan.

Jesu mu u lọ si ori igi agbelebu. Nigba ti a ba fi omi baptisi wa, a ni anfaani lati gbe "ogbologbo ọkunrin nni" lọ si isalẹ nibẹ kí á sì sin ín. Oun yoo jẹ ki a gbe ogbologbo ọkunrin ẹṣẹ nni... ṣugbọn O pa a run lori igi agbelebu, O run agbara rẹ lori igi... fun gbogbo Kristiẹni, ti yoo gbọ́ ti o yoo si gbọ́ràn si. Iwọ o sọkalẹ sinu omi naa, sinu iboji pẹlu Oluwa, iwọ yoo sì sin ogbologbo ọkunrin nni sibẹ. Ko si laaye nigbati o sọkalẹ sibẹ. O ti ku tẹlẹ, o ku ni ori agbelebu. **Ṣugbọn o ni anfani lati sin ín**, ki o le mọ daju pe oun ko si laaye.

Iru ìrọ̀ra wo ni o jẹ fun mi nigbati Ọlọrun ṣii iwe-mimọ naa nitori Mo ro pe ni gbogbo igbesi aye mi emi yoo ni lati farada ogbologbo ọkunrin ẹṣẹ nni ki n si ba Jesu rin. Ọpẹ fun Ọlọrun pe ko ri bẹẹ! A leè ni ọpọlọpọ awọn nkan ti a nilo lati yọ sọnù, ṣugbọn a ni Jesu, Oun yoo si yọ ọ́ sọnù fun wa. Àmín!

O sọ pe o ṣe pataki pupọ fun wa lati baptisi wa ninu omi, sinu Jesu Kristi. Kii ṣe sinu ile ijọsin kan, kii ṣe ile ijọsin Methodisti, kii ṣe sinu ile ijọsin Baptisti, kii ṣe sinu Ile ijọsin Katoliki, ṣugbọn sinu Jesu Kristi. Itẹbọmi ti Johanu jẹ itẹbọmi ironupiwada, ṣugbọn itẹbọmi ti Jesu ni lati mú wa wá sinu Rẹ. Ati Oun wá sinu wa – ki o si sọ wa di ẹmi yíyè. **A kii ṣe iran Adamu mọn, ṣugbọn ẹda tuntun** – iṣẹda tuntun ti o di dídá nibẹ kannan nipasẹ Jesu Kristi, bi a ṣe n lọ si ibi agbelebu ati bi a ṣe n lọ sinu omi. Ogbologbo ọkunrin naa jẹ sísin nibẹ, lati ma dide mọn, niwọn igba ti a ba gba Jesu Kristi lati jẹ Oluwa ati Ọba ninu ijọba Rẹ ninu igbesi aye wa.

Ti a ba kọ Ọ silẹ, lẹhinna a o ni iriri ọrun-apaadi. Iwọ yoo la awọn ohun buburu ti Satani ni fun ọ kọja. Ṣugbọn ti o ba di Oluwa mu ṣinṣin ti o si ṣe ohun ti O sọ, iṣẹ agbara yii ti o ti fi fun wa jẹ pipe ninu Jesu Kristi. "Ninu Rẹ ni a wa ngbe, a n rin, a ni iwalaaye wa." **Oun ni o fun wa ni alafia pipe, o si wa pẹlu wa.** O paṣẹ rẹ fun wa. O jẹ ki o ṣee ṣe fun wa. O jẹ ki o ṣee ṣe fun wa lati baptisi wa ninu omi, bẹẹ pẹlu, ki a le jẹ ominira kuro lọwọ ogbologbo ọkunrin ẹṣẹ nnì ati ki a le è gbe ninu alafia Rẹ lati pa gbogbo awọn ipa ti igbesi aye yii run."

Ọlọrun ti fun wa ni idahun.

AGBEYEWO: KINI ITẸBỌMI OMI?

1. _____ _____ jẹ nigbati onigbagbọ ninu Jesu gba ara rẹ laaye lati jẹ́ títẹ̀ wọ abẹ omi tii ṣe àmin Iku ati Ajinde Jesu Kristi.
a. jijẹwọ ẹṣẹ
b. itebọmi omi
d. adura ẹlẹṣẹ
e. onigbagbo tuntun

2. Itẹbọmi omi _____ ihuwasi (DNA) nni run - (abuda _____) ti Adamu, o si n _____ rẹ pẹlu ihuwasi (DNA) naa (abuda _____) ti Jesu Kristi.

3. A kii ṣe iran Adamu mọn, ṣugbọn ẹda tuntun – iṣẹda tuntun ti o di dídá nibẹ kannan nipasẹ Jesu Kristi.
a. Bẹẹni
b. Bẹẹkọ

4. Nipasẹ Itẹbọmi Omi a n ṣe _____ abuda _____ Adam pẹlu abuda _____ ti Jesu Kristi ti Ọlọrun ti mi si!

5. Nipasẹ Itẹbọmi Omi, Ẹmi Mimọ n fun wa ni agbara lati gbe igbe aye ominira kuro ninu jijẹ òǹdè si ẹṣẹ.

a. Bẹẹni
b. Bẹẹkọ

6. Tani O Yẹ ki o ni Itẹbọmi Omi?
a. Ọmọ ile ijọsin nikan
b. awọn ti wọn ti pari ẹkọ fun onigbagbọ tuntun
d. ẹnikẹni ti o ba gbagbọ pe Jesu jẹ ọmọ Ọlọrun pe o si ku fun awọn ẹṣẹ wa
e. Awọn onigbagbọ Keferi nikan

Ori 9
TANI ẸMI MIMỌ?

Olọrun jẹ Olọrun kan. O ti gbọ nipa Olọrun Baba, Olọrun Ọmọ ati Olọrun Ẹmi Mimọ - eyi ni Olọrun kan. Mẹta ninu Ọkan. Omi, yinyin ati ooru jẹ awọn ọna oriṣiriṣi omi – omi naa si ni gbogbo wọn - ṣugbọn oriṣiriṣi ọna; pẹlu Olọrun Oun ni gbogbo mẹtẹẹta ni igbakanna.

Eyi jẹ nkan ti kii yé wa bọ̀rọ̀ nitori ibikan ṣoṣo ni awa le wa ni akoko kan. Ṣugbọn ronu nipa eyi, awa jẹ ẹmi, ti o ngbe ninu ara ti o ni ni soulu. Eyi jẹ ki a ni aworan Olọrun. Nigbati a ba ku a o sin ara wa, sibẹ ẹmi wá wà laaye lailai.

Ṣe akajinlẹ awọn ọrọ ati awọn ibeere isalẹ yii ki o si **gba Ọlọrun laaye lati fi ara Rẹ han si ọ.**

Tani Ẹmi Mimọ?

Ẹmi Mimọ ni Ọlọrun. Eniyan ni. Ẹmi Mim ni ẹniti o n ran wa lọwọ lati mọ ẹṣẹ wa. Oun ko ni agọ ara nitoripe Ẹmi nii ṣe. Nigba miiran awọn eniyan a maa pe E ni Ẹmi Aifojuri Mimọ nnì. Eyi kan jẹ ọrọ ti o yatọ kan ti o tumọ si Ẹmi Mimọ. Abuda Ọlọrun ni ifẹ, nigba ti o si jẹ pe Ẹmi Mimọ ni Ọlọhun, Oun pẹlu jẹ ifẹ.

Iṣẹ Ẹmi Mimọ wa lori Ilẹ aye. O n ṣiṣe ninu okan awọn eniyan. O le ba wa sọrọ ninu ọkan wa; a le gbọ ohun Rẹ tabi ni oye Rẹ pẹlu ẹmi wa. O tun n ṣe iranlọwọ fun wa lati ni imọlara nigbati a ba ti ṣẹ. Ẹmi Mimọ wa nibẹ nigba ti Ọlọrun da aye.

Jẹnẹsisi 1:26 Ọlọrun si wipe, Jẹ ki a dá eniyan li aworan wa, gẹgẹ bi ìrí wa: ...

Majẹmu Lailai ni abala akọkọ Bibeli ti a kọ ṣaaju ki wọn to bi Jesu. Majẹmu Tuntun jẹ kikọ lẹhin ti a bi Jesu. Awọn iwe Majẹmu Lailai ni a kọ nipasẹ awọn eniyan ti Ẹmi Mimọ "dari".

2 Peteru 1:21 Nitori asọtẹlẹ kan kò ti ipa ifẹ eniyan wá ri; ṣugbọn awọn eniyan nsọrọ lati ọdọ Ọlọrun bi a ti ndari wọn lati ọwọ́ Ẹ̀mí Mímọ́ wá.

Ẹmi Mimọ tun le è "dari" ọkan wa lati ṣe awọn nkan, ti o tumọ si pe O fun wa ni awọn agbara pataki ti o wa lati ọdọ Ọlọrun ni awọn akoko kan lati ṣe ohun ti Ọlọrun fẹ.

Eyi ni awọn apẹẹrẹ lati inu Majẹmu Lailai ti awọn agbara ti Ọlọrun fi funni nipasẹ Ẹmi Mimọ. Ọgbọn - Solomoni, I Awọn Ọba 4:29-32, Imọ - Eliṣa, II Awọn Ọba 5:25-27, Liloye Ẹmi - Iranṣẹ Saulu, - 1 Samuẹli 16: 14-15, Igbagbọ - Joṣua, Joṣua 10:12-14, Awọn iṣẹ-iyanu - Elijah I Awọn Ọba 17:17-24, I Awọn Ọba 18:38, Iwosan - Aisaya II Awọn Ọba 20:5, Asọtẹlẹ - Balaamu Numeri 23:24,

A le beere lọwọ Ẹ̀mí Mímọ́ fun **awọn agbara pataki**

Tani Ẹmi Mimọ?

nigbakugba ti a ba nilo wọn lati ṣe ohun ti Ọlọrun fẹ. O wa nibi lati jẹ oluranlọwọ fun awọn eniyan Ọlọrun lati ṣe ifẹ Ọlọrun lori Aye.

TANI Ẹmi Mimọ jẹ si Wa?

Emi Mimo jẹ:

Olukọni wa. O n ṣe amọna wa, O si n ṣe itọsọna wa si Otitọ. Oun yoo "dari wa" kuro ninu irọ ati ẹtan. Njẹ o ti ṣe iru eré bẹẹ ri nibiti o ti mu ohun kan ninu yara ti o si ṣe amọna ẹnikan lọ sibẹ nipa lilo awọn ọrọ "gbigbona" tabi "titutu"? A o bẹrẹ sii kọ "ìgbúníkẹ́sẹ́" nnì ninu ọkan wa. A o kọ lati "gbọ ohun Rẹ" A le gbẹkẹle E lati kọ wa.

Olutunu wa. Oun yoo wa pẹlu wa nigbagbogbo, ni gbogbo ayidayida, ninu gbogbo wahala tabi ayọ. Ó fẹ́ kí a nímọ̀lára wíwàníhìn-ín Rẹ̀ pẹ̀lú wa. A kan nilo lati beere. A le gbẹkẹle E lati tù wa ninu.

Oluranlọwọ wa. O maa n ṣe iranlọwọ fun wa lati gbadura koda nigba ti a ko mọ oun ti a o sọ. Oun yoo ran wa lọwọ ni ọpọlọpọ awọn ọna. Yoo fun wa ni awọn agbara ẹmí pataki ti o wa lati ọdọ Ọlọrun. A le gbẹkẹle E lati ṣe iranlọwọ fun wa lati gbe aye wa ni ọna Ọlọrun.

1 Korinti 12: 1 Njẹ niti ẹbun ẹmí, ará, emi kò fẹ ki ẹyin ki o jẹ òpè....... 7 Ṣugbọn a nfi ifihàn Ẹ̀mí fun olukuluku eniyan lati fi jèrè. 8 Nitoriti a fi ọrọ ọgbọn fun ẹnikan nipa Ẹ̀mí; ati fun ẹlomiran ọ̀rọ-ìmọ̀ nipa Ẹ̀mí kanna; 9 Ati fun ẹlomiran ìgbàgbọ́ nipa Ẹ̀mí kanna; ati fun ẹlomiran ẹbun imularada nipa Ẹ̀mí kanna; 10 Ati fun ẹlomiran iṣẹ iyanu i ṣe; ati fun ẹlomiran isọtẹlẹ; ati fun ẹlomiran ìmọ ẹmí yatọ; ati fun ẹlomiran onirūru èdè; ati fun ẹlomiran ìtumọ̀ èdè: 11 Ṣugbọn gbogbo wọnyi li ẹnikan nì, ani Ẹ̀mí kanna nṣe, o ńpín fun olukuluku gẹgẹ bi o ti wù ú.

A LE E FI ỌKAN TAN Ẹ̀mí Mímọ́, a kan nilo lati beere ni.

AGBEYẸWO: TANI ẸMI MIMỌ?

1. Ọlọrun wa jẹ:
a. Mẹta ni ọkan
b. Baba, Ọmọ ati Ẹmi Mimọ
d. Ọlọrun kan
e. Gbogbo eyi ti o wa loke

2. Bawo ni a ṣe ṣẹwá ni aworan Ọlọrun?
a. Ẹmi, Soulu ati ara
b. Omi, yinyin ati ooru omi
d. Ni anfani lati wa ni ibi gbogbo ni ẹẹkan
e. A wa nigbagbogbo

3. Emi Mimo:
a. Ni Ọlọrun
b. Ko ni agọ ara
d. Gbogbo eyi to wa loke
e. Ko si lara eyi to wa loke

4. Majẹmu Lailai ni a kọ nipasẹ awọn eniyan ti Ẹmi Mimọ dari.
a. Bẹẹni
b. Bẹẹkọ

5. Ẹmi Mimọ le fi agbara pataki Ọlọrun fun eniyan bii:
a. Imọ
b. Isọtẹlẹ
d. Iyanu
e. Gbogbo eyi to wa loke

6. Emi Mimọ wa nibi lati jẹ oluranlọwọ fun awọn eniyan Ọlọrun lati ṣe ifẹ Ọlọrun lori Aye
a. Bẹẹni
b. Bẹẹkọ

7. Gẹgẹbi olukọ wa, Ẹmi Mimọ n ṣe amọna wa si Otitọ.
a. Bẹẹni
b. Bẹẹkọ

8. Emi Mimo le ranwalọwọ lati gbadura koda nigba ti a ko mọ oun ti a o sọ.
a. Bẹẹni
b. Bẹẹkọ

Ori 10
KINI BAPTISMU ẸMI MIMỌ?

S e akajinlẹ awọn ọrọ ati awọn ibeere isalẹ yii ki o si gba Ẹmí Mímọ́ laaye lati ṣafihan ara Rẹ si ọ.

Kini Baptismu Ẹmi Mimọ?

Ete Ọlọrun lati mu awọn eniyan pada si ọdọ ara Rẹ ni a san iye fun nipasẹ wiwa Jesu ati kiku Rẹ ni ipò wa lori igi agbelebu. Eyi ṣii ọna fun eniyan lati di mimọ kuro ninu ẹṣẹ. Awọn irubọ Majẹmu Lailai bo awọn ẹṣẹ wa ti o ti kọja nikan ati pe wọn nilo lati maa tun un ṣe ni gbogbo ọdun; ṣugbọn Jesu wa lati mu awọn eniyan pada sọdọ Ọlọrun Baba. Bayi a le wa si ọdọ Rẹ nigbakugba nipasẹ Jesu.

Ọlọrun ti n duro pẹlu ìrètí lati ba wa rin lẹẹkansi ki o si bawa sọrọ pẹlu, ki si o fun wa ni awọn agbara pataki Rẹ ti a ti sọnu. Ọna jẹ ṣiṣi fun eyi nipasẹ Jesu. Jesu ni lati pada sọdọ Baba rẹ lẹhin ti O ku ti O si ji dide pada ki O baa le fi Ẹmi Mimọ ranṣẹ si wa. O mọ bi ti a nilo Ẹmi Rẹ tó lati maa gbe NINU WA kii ṣe pẹlu PẸLU WA lásán.

Johanu 14:17 Ani Ẹ̀mí otitọ nì; ẹniti araye kò le gbà, nitoriti kò ri i, bẹ̀ni kò si mọ̀ ọ: ṣugbọn ẹyin mọ̀ ọ́; nitoriti o mba yin gbe, yio si wà ninu yin.

A ṣe ileri ohun to tun ju eyi lọ fun wa

Ẹmi Mimọ ti da wa lẹbi ẹṣẹ wa ná, O ti lo ẹjẹ Jesu, fa wa si ọdọ Jesu, O si ti n darí wa bẹẹni o n ṣe itọsọna wa; ṣugbọn o tun ku! Ọlọrun Baba ṣe ileri ohun to ju eyi lọ, Jesu sọrọ nipa rẹ ati Johannu Onitẹbọmi papaa sọ pe o ṣi KÙ.

Johanu Onitẹbọmi sọ pe Jesu yoo fi Ẹmi Mimọ ati ina baptisi wa. Iná a maa sọ oun di mimọ a si maa wẹ eeri kuro, a funni ni imọlẹ ati ooru (itara ati igboya). Luku 3:16 - Oun ni yio fi Ẹ̀mí Mímọ́ ati iná baptisi yin.

Matiu 3:11 Lōtọ li emi nfi omi baptisi yin fun ironupiwada: ṣugbọn ẹnikan ti o pọ̀jù mi lọ ḿbọ̀ lẹhin mi, bàta ẹniti emi ko to gbé; oun ni yio fi Ẹ̀mí Mímọ́ ati iná baptisi yin:

Bawo ni Jesu ṣe ṣe apejuwe wíwá Ẹmi Mimọ?

Awa o gba agbara.

Iṣe Awọn Apọsteli 1:8 Ṣugbọn ẹyin ó gbà agbara, nigbati Ẹ̀mí Mímọ́ ba bà le yin: ẹ o si maa ṣe ẹlẹri mi ni Jerusalemu, ati ni gbogbo Judea, ati ni Samaria, ati titi de opin ilẹ aye.

Awa o ni **odo ti omi iye** ti ńṣàn lati inu wa jade wa.

Johanu 7:38 Ẹnikẹni ti o ba gbà mi gbọ́, gẹgẹ bi iwe-mímọ́ ti wi, lati inu rẹ ni odò omi ìye yio ti ma ṣàn jade wá. 39 (Ṣugbọn o

Kini Baptismu Ẹmi Mimọ?

sọ eyi niti Ẹ̀mí, ti awọn ti o gbà a gbọ́ mbọ̀wá gbà: nitori a kò ti i fi Ẹ̀mí Mímọ́ funni; nitoriti a kò ti i ṣe Jesu logo.)

Eyi ni ohun ti **Baba mi ti ṣe ileri** fun ọ. Luku 24:49 - Si kiyesi i, Mo rán ileri Baba Mi si yin.

Iṣe Awọn Aposteli 1:4 – O paṣẹ fun wọn, ki wọn ki o máṣe kuro ni Jerusalemu, ṣugbọn ki wọn ki o duro dè ileri Baba.

Luku 11:13 - melomelo ni Baba yin ti mbẹ li ọrun yio fi Ẹ̀mí Mímọ́ rẹ̀ fun awọn ti o mbère lọdọ rẹ̀?

Iṣe Awọn Apọsteli 2:39 - Nitori fun yin ni ileri na, ati fun awọn ọmọ yin, ati fun gbogbo awọn ti o jìna rére, ani gbogbo awọn ti Oluwa Ọlọrun wa ó pè.

A sọ fun wọn pe wọn gbọdọ duro de Ẹmi Mimọ

A ko le ṣe ohun ti Ọlọrun fẹ funra wa. A nilo lati kunwa pẹlu agbara Rẹ. Eyi ni idi ti Jesu fi tẹnumọ pe ki wọn duro papọ titi wọn o fi gba agbara nigbati Ẹmi Mimọ ba de ... lẹhinna wọn le jẹ ẹlẹri rẹ. Iṣe Awọn Apọsteli 1:4

Kini Wọn Ni Iriri Rẹ?

Ohunkan wa tíí yí igbesi aye pada pupọ ti o ṣẹlẹ si awọn eniyan ti o tẹle Jesu lẹhin ti o pada si ọrun. Lẹhin diduro aadọta ọjọ, ni awọn ọjọ ti awọn Ju pe ni Pẹntikọsti wọn ni iriri ohun gbogbo ti Jesu ti ṣe ileri fun wọn. Wọn gba Baptismu ti Ẹmi Mimọ ati ina.

Iṣe Awọn Apọsteli 2:1 Nigbati ọjọ Pentekosti si de, gbogbo wọn fi ọkàn kan wà nibikan. 2 Lójijì ìró si ti ọrun wá, gẹgẹ bi ìró ẹ̀fũfu lile, o si kún gbogbo ile nibiti nwọn gbé joko. 3 Ẹla ahọn bi ti iná si yọ si wọn, o pin ara rẹ̀ o si bà lé olukuluku wọn. 4 Gbogbo wọn si kún fun Ẹ̀mí Mímọ́, wọn si bẹ̀rẹ̀ si i fi èdè miran sọrọ, gẹgẹ bi Ẹ̀mí ti fun wọn li ohùn. 5 Awọn Ju olufọkànsin lati orilẹ-ede gbogbo labẹ ọrun si ngbe Jerusalemu. 6 Nigbati wọn si gbọ ìró yii, ọ̀pọ̀lọpọ̀ eniyan péjọ, wọn si damu, nitoriti olukuluku gbọ́ wọn ńsọ̀rọ̀ lí èdè rẹ̀. 7 Hà si ṣe gbogbo wọn, ẹnu si yà wọn, wọn nwi fun ara wọn pe, Wo o, ara Galili ki gbogbo awọn ti ńsọ̀rọ̀ wọnyi i ṣe? 8 Ẽha si ti ṣe ti awa fi ńgbọ́ olukuluku li ede wa ninu eyiti a bí wa? 9 Awọn ará Partia, ati Media, ati Elamu, ati awọn ti ngbé Mesopotamia, Judea, ati Kappadokia, Pontu, ati Asia, 10 Frigia, ati Pamfilia, Egipti, ati ẹkùn Libia niha Kirene, ati awọn atipo Romu, awọn Ju ati awọn alawọṣe Ju, 11 Awọn ara Krete ati Arabia, awa gbọ́ wọn ńsọ̀rọ̀ iṣẹ iyanu nla Ọlọrun li èdè wa. 12 Hà si ṣe gbogbo wọn, o si rú wọn lojú, wọn wi fun ara wọn pe, Kili a le mọ̀ eyi si? 13 Ṣugbọn awọn ẹlomiran ńṣẹ̀fẹ̀ wọn si wipe, Awọn ọkunrin wọnyi kún fun waini titun 14 Ṣugbọn Peteru dide duro pẹlu awọn mọkanla iyokù, o gbé ohùn rẹ̀ soke, o si wi fun wọn gbangba pe, Ẹyin eniyan Judea, ati gbogbo ẹyin ti ngbé Jerusalemu, ki eyiyi ki o yé yin, ki ẹ si fetísí ọ̀rọ̀ mi:

Iṣe Apo 2:15 Nitori awọn wọnyi kò mutíyó, bi ẹyin ti fi pè; wakati kẹta ọjọ sá li eyi. 16 Ṣugbọn eyi li ọ̀rọ ti a ti sọ lati ẹnu woli Joẹli wá pe; 17 Ọlọrun wipe, Yio si ṣe ni ikẹhin ọjọ, Emi o tú ninu Ẹmí mi jade sara eniyan gbogbo: ati awọn ọmọ yin-ọkunrin ati awọn ọmọ yin obinrin yio ma sọtẹlẹ, awọn ọdọmọkunrin yin yio si ma ri iran, awọn arugbo yin yio si ma lá àlá 13:18 Ati sara awọn ọmọ-ọdọ mi ọkunrin, ati sara awọn ọmọ-ọdọ mi obinrin li emi o tú ninu Ẹmí mi jade li ọjọ wọnni; wọn o si ma sọtẹlẹ: 19 Emi o si fi iṣẹ iyanu hàn loke li ọrun, ati àmi nisalẹ lori ilẹ: èjẹ, ati iná, ati ríru ẽfin: 20 A o sọ õrùn di òkùnkùn, ati oṣupa di èjẹ, ki ọjọ nla afiyesi Oluwa ki o to de.

Kini Awọn Iṣe Ti Baptismu ti Ẹmi Mimọ Fa?

Igboya

Ọkunrin kanna, Peteru, ẹniti o bẹru pupọ nigba kan lati gba si ọmọbinrin ẹrú kan lẹnu pe ọmọ-ẹhin Jesu ni oun i ṣe di kikun fun igboya iru eyi ti o fi dide duro niwaju ẹgbẹgbẹrun eniyan ti o si kede Jesu ni Ọmọ Ọlọrun ati pe ki gbogbo awọn eniyan ronupiwada ki wọn o si yipada si Ọlọrun.

Iṣẹ iranṣẹ lati ọdọ Ọlọrun

Ẹmi Mimọ n funni ni agbara pataki lati ni anfani lati sọ awọn ọrọ Ọlọrun si awọn eniyan

Idalẹbi ọkan

Eyi ni nigbati Ẹmi Mimọ ba n ṣiṣẹ ninu ọkan eniyan ti o si n ṣe iranlọwọ fun un lati ṣe idamọn ki o ṣe ikaanu fun awọn ẹṣẹ rẹ. Bi iṣẹ iranṣẹ naa ṣe n jẹ sisọ ọkan awọn eniyan n jẹ mímì

Ironupiwada

Ẹgbẹẹgbẹrun awọn eniyan gba pe awọn da awọn ẹṣẹ wọn ati inilo Ọlọrun fun wọn nitori Ẹmi Mimọ n ṣe imudaniloju ọkan wọn O si n ṣe amọna wọn lati ronupiwada.

Sisọrọ Pẹlu Awọn Ahọn

Gbogbo awọn eniyan ti a baptisi ninu Ẹmi Mimọ lo n sọrọ ni awọn ede oriṣiriṣi bi Ẹmi Mimọ ṣe fun wọn ni awọn ọrọ. Diẹ ninu wọn sọrọ ni awọn ede ti wọn ko kọ ri, ṣugbọn o ye awọn eniyan lati orilẹ-ede miiran ti o gbọ ọ. Ami yii muu da ọpọlọpọ eniyan loju pe Ọlọrun wa lẹnu iṣẹ.

Iyanu

Ẹmi Mimọ fun awọn apọsteli ni agbara pataki lati ṣe ọpọlọpọ awọn iṣẹ iyanu ti o mu awọn eniyan ni idaniloju siwaju si pe ohun ti o n ṣẹlẹ wá lati ọdọ Ọlọrun.

Iṣe Apọ 2:43 Ẹrù si ba gbogbo ọkàn: iṣẹ iyanu ati iṣẹ àmì pipọ li a ti ọwọ́ awọn aposteli ṣe.

Ileri yii wa fun wa loni.

Peteru sọ pe ileri yii wa fun wọn, fun awọn ọmọ wọn ati fun awọn ti yoo gbe aye ni ọpọlọpọ awọn iran lati igba naa. O wa fun gbogbo eniyan fun gbogbo igba. Eyi ni ohun ti Baba fẹ fun igba pipẹ.... Lati mu ohun ti a padanu nitori ẹṣẹ pada wa fun wa ati lati di eniyan rẹ ti o kun fun ẹmi Rẹ, pẹlu agbara kanna bi wọn ti ni iriri rẹ ninu Iṣe Awọn Apọsteli 2

Iṣe Apọ 2:39 Nitori fun yin ni ileri na, ati fun awọn ọmọ yin, ati fun gbogbo awọn ti o jìnà réré, ani gbogbo awọn ti Oluwa Ọlọrun wa ó pè.

Tani o le gba Baptismu ti Ẹmi Mimọ?

Ẹnikẹni ti o ba ronupiwada ti o si ṣe itẹbọmi

38 Peteru si wi fun wọn pe, Ẹ ronupiwada, ki a si baptisi olukuluku yin li orukọ Jesu Kristi fun idariji ẹṣẹ yin, ẹyin o si gbà ẹbun Ẹ̀mí Mímọ́.

Ẹnikẹni ti o yoo ba beere lọwọ Ọlọrun Baba fun Ẹmi Mimọ

Luku 11:13 - Melomelo ni Baba yin ti mbẹ li ọrun yio fi Ẹ̀mí Mímọ́ rẹ̀ fun awọn ti o ṁbèrè lọdọ rẹ̀?

Ẹnikẹni ti yoo gba ẹbun naa

Ronupiwada, ki a si baptisi gbogbo yin li orukọ ti Jesu Kristi fun idariji ẹṣẹ, ẹyin o si gba ẹbun Ẹmi Mimọ.

Baba wa Ọrun, Ọlọrun ti ṣe iru eto iyanu yii lati mu wa pada si ohun ti O fẹ lati fun Adamu ati Efa. O fẹ fi Ẹmi Mimọ Rẹ SINU WA ki a le kun fun agbara ati ina ati ki Ẹmi Mimọ le tẹsiwaju pẹlu IṢE RẸ nipasẹ wa. Jọwọ beere lọwọ Rẹ fun ẹbun naa loni.

AGBEYẸWO: KINI BAPTISMU TI ẸMI MIMỌ?

1. Jesu ṣii ọna fun wa lati:
a. Wa titi lai
b. Lẹẹkansi, gba awọn agbara pataki Ọlọrun nipasẹ Ẹmi Mimọ
d. Gbe igbe aye ti o kun fun idunnu ati ọrọ
e. Di awọn eniyan alagbara ẹmi lori Earth

2 Ki ni Jesu sọ pe awa yoo ri gba nigba ti Ẹmi Mimọ bá bà le wa?
a. Agbara
b. Odo Omi Iye
d. Agbara lati jẹ ẹlẹri si Agbaye
e. Gbogbo eyi to wa loke

3. Ó ṣe é ṣe fun wa lati di ẹlẹri si agbaye laisi iranlọwọ Ẹmi Mimọ.
a. Bẹẹni
b. Bẹẹkọ

4. Nigbawo ni awọn ọmọ ẹyin Jesu gba ileri naa?
a. Lẹhin aadọta ọjọ
b. Nigbati gbogbo wọn wa ni iṣọkan ni ibi kan
d. Lẹhin ti Jesu pada si ọrun

e. Gbogbo eyi to wa loke

5. Kini o fa igboya naa, iṣẹ-iyanu ati awọn iṣẹ iranṣẹ alagbara ninu igbesi-aye awọn ọmọlẹhin Jesu?
a. Wọn kun fun ọti-waini
b. Wọn ti wa pẹlu Jesu fun ọdun mẹta tẹlẹ
d. Wọn gba ẹbun Ẹmi Mimọ
e. Ko si ọkankan ninu eyi to wa loke

6. Ẹbun yii wa fun awọn ọmọlẹhin Jesu akọkọ nikan ki wọn o lè ni ibẹrẹ to lagbara.
a. Bẹẹni
b. Bẹẹkọ

7. Tani oyẹ lati gba ileri ẹbun Ẹmi Mimọ nni?
a. Ẹnikẹni ti yoo ba ronupiwada ti a o si baptisi rẹ
b. Ẹnikẹni ti o ba beere lọwọ Baba
d. Enikeni ti o ba fẹ lati gba ẹbun yi
e. Gbogbo eyi to wa loke yii

Ori 11

KINI MO GBỌDỌ ṢE LATI DI GBIGBALA?

Bawo ni n O ṣe mọ pe Emi n lọ si ọrun?

Mọ pe a nilo lati gba ọ la, Ọlọrun wa ni ọrun, ẹṣẹ si ya wa kuro lọdọ Ọlọrun titi lai. Ọlọrun ko fẹ ki a ya wa kuro lọdọ Rẹ, nitorinaa Ọlọrun yọnda Ọmọ rẹ kan ṣoṣo Jesu, lati san idiyele awọn ẹṣẹ wa nipa kiku lori agbelebu ni ọpọlọpọ ọdun sẹhin.

Romu 3:23 Gbogbo eniyan li o sá ti ṣẹ̀, ti wọn si kuna ògo Ọlọrun;

Romu 6:23 Nitori ikú li ère ẹ̀ṣẹ̀; ṣugbọn ẹ̀bùn ọfẹ Ọlọrun ni iyè ti kò nipẹkun, ninu Kristi Jesu Oluwa wa.

Romu 5:8 Ṣugbọn Ọlọrun fi ifẹ Oun papa si wa hàn ni eyi pe, nigbati awa jẹ ẹlẹṣẹ, Kristi kú fun wa.

A gbọdọ gbagbọ ninu Jesu ki a si kigbe si Ọlọrun ti o ṣẹda wa ni ibẹrẹ ki a si beere fun ibaṣepọ ti ara ẹni pẹlu Rẹ bi Baba wa, Ẹlẹda ati Oluwa.

Esekieli 36:24 Nitori emi o mu yin kuro lãrin awọn keferi, emi o si ṣà yin jọ kuro ni gbogbo ilẹ, emi o si mu yin padà si ilẹ ti yin. 25 Nigbana ni emi o fi omi mímọ́ wọ́n yin, ẹyin o si mọ́: emi o si wẹ yin mọ́ kuro ninu gbogbo ẹgbin yin ati kuro ninu gbogbo oriṣa yin. 26 Emi o fi ọkàn titun fun yin pẹlu, ẹmi titun li emi o fi sinu yin, emi o si mu ọkàn okuta kuro lara yin, emi o si fi ọkàn ẹran fun yin. 27 Emi o si fi ẹmi mi sinu yin, emi o si mu ki ẹ ma rìn ninu aṣẹ mi, ẹyin o pa idajọ mi mọ, ẹ o si ma ṣe wọn.

Johanu 3:15 Ki ẹnikẹni ti o ba gba a gbọ, ki o má ba ṣegbé, ṣugbọn ki o le ni iye ainipẹkun. 16 Nitori Ọlọrun fẹ araye tobẹ̃ gẹ, ti o fi Ọmọ bíbi rẹ kanṣoṣo funni, ki ẹnikẹni ti o ba gbà a gbọ́ má bà ṣegbé, ṣugbọn ki o le ni iye ainipẹkun. 17 Nitori Ọlọrun kò rán Ọmọ rẹ si aye lati da araye lẹjọ; ṣugbọn ki a le ti ipasẹ rẹ gbà araye là. 18 Ẹniti o ba gbà a gbọ́, a ko ni da a lẹjọ; ṣugbọn a ti da ẹniti kò gbà a gbọ́ lẹjọ na, nitoriti kò gbà orukọ Ọmọ bíbi kanṣoṣo ti Ọlọrun gbọ́. 19 Eyi ni idajọ na pe, imọlẹ wá si aye, awọn eniyan si fẹ òkùnkùn jù imọlẹ lọ, nitoriti iṣẹ wọn buru. 20 Nitori olukuluku ẹniti o ba hùwà buburu ni i korira imọlẹ, ki i si wá si imọlẹ, ki a máṣe ba iṣẹ rẹ wí. 21 Ṣugbọn ẹniti o ba nṣe otitọ ni i wá si imọlẹ, ki iṣẹ rẹ ki o le fi ara hàn pe, a ṣe wọn nipa ti Ọlọrun.

Gbadura adura yi pọ pẹlu wa:

Jesu Olufẹ, Mo mọ pe Mo ti ṣẹ Mo ti yan lati ṣe awọn ohun ti ko tọ nigbati o yẹ fun mi lati yan ẹtọ́. Mo ronupiwada kuro ninu awọn ẹṣẹ naa; Mo fẹ, mo si nilo ki aye mi yipada ... Loni. Jọwọ dariji mi ki o si fi ọkan tuntun rẹ ati ẹmi tuntun rẹ sinu mi. Jọwọ wa maa gbe inu ọkan mi titi lai. Jesu, jọwọ dari mi ni awọn ọna rẹ ki o si jẹ ki n tẹ Ọ lọ́rùn ki n maṣe tẹ aye yii lọ́rùn. Kun ọkan mi pẹlu ifẹ rẹ ati aanu rẹ si awọn miiran ki o si dari mi ni gbogbo ọjọ aye mi. Àmín.

Bayi, wa ile ijọsin kan ti o gbagbọ ninu Bibeli gẹgẹ bi Ọrọ Ọlọrun. Ṣe iwadi awọn igbesẹ atẹle ti o ku lati jẹ Kristiẹni, tẹle Jesu daradara yii ati mímọn Ọlọrun bíi Baba rẹ ati bi a ṣe n dari ẹni nipasẹ Ẹ̀mí Rẹ. Ọlọrun bukun fun ọ.

Ori 12
LỌ SỌ DI ỌMỌ-ẸHIN

Kini ọmọ-ẹhin? Itumọ: Ọmọléyìn kan tabi akẹkọọ ti olukọ kan, igbagbọ tabi imọ-jinlẹ. Awọn afarajọ: Alatẹle, aduroṣinṣin, onigbagbọ, akẹẹkọ, ọmọ ile-iwe, olufọkansin ... **Tẹle mi.**

Nigbati Jesu pe awọn ọmọ-ẹhin rẹ o kan sọ pe, "Tẹle mi **Emi o si ṣe ọ ni** apẹja eniyan" Mátíù 4:19

Ko sọ wipe, "Tẹle ọkan rẹ, Gbẹkẹle èrò rẹ, tabi Ṣe ohun ti o wa ni ọkan rẹ". Kódà kò wípé "tẹlé àwọn àlá rẹ". Gbogbo iwọnyi jẹ igbalode, awọn ọrọ àlòjù ti o n sọ awọn ala ati awọn àbá wa di nkan lati tẹle. Gbogbo eniyan n ṣe ohun ti o tọ li oju ara rẹ.

Jesu wi pe, "Gbe agbelebu rẹ ki o tẹle mi.." O wípé, "**kọ́ ẹ̀kọ́** lati ọdọ mi nitori ajaga mi rọrun, ẹrù mi si fúyẹ́".

Ṣaaju ki a to ṣe ẹnsaikilopídíásì ati lẹyin rẹ ayelujara intanẹti, awọn ẹrọ iṣawari ati ofurufu nibi ti o ti le wa alaye lati kọ ẹkọ ẹlẹgbẹ ohunkohun ti o fẹ; ìmọ̀ jẹ oun ti o n ti ọdọ ẹnikan de ọdọ ẹnikeji lọpọ igba nipa ọrọ ẹnu ati apẹrẹ igbesi aye. Awọn "Olórí" wa, ati awọn olukọni; awọn Oluwa ti o le tẹle. Ti wọn ba rii pe o ni amuyẹ lati jẹ ọmọ-ẹhin/alatẹle to dara ti yoo mun ọna wọn tọ awọn miiran ati si iran ti nbọ, wọn yoo gba ọ laye lati kọ ẹkọ lati ọdọ wọn. Eyi ni bi wọn ṣe n tan awọn èro-ayé ati awọn ìgbésí-ayé kálẹ̀. Ni awọn orilẹ-ede kan a ṣi tun ni awọn ọ̀nà ọmọ-èkọ́ṣẹ́ ti wọn n kọ́, ti wọn si n ṣiṣẹ labẹ Agba Oníṣẹ́-ọwọ́. Awọn èèkàn tun wa (awọn agba ninu ẹmi) ti yoo dari awọn ọmọ-ẹhin lọ si ọna ẹmi wọn bii Hare Krishna. Awọn ti o n tẹle awọn ẹkọ Isilamu Mohamed wà ti a n pe Musulumi.

Gbogbo rẹ tabi Asán

Jesu tun sọ wipe, "... ẹnikẹni ti ko ba fi ohun gbogbo ti o ni silẹ ko le jẹ ọmọ-ẹhin Mi" Luku 14:33. O nsọ wipe a gbọdọ fi awọn ìlépa tiwa silẹ ki a baa le lepa Oun. Wa Ijọba Rẹ ṣaaju.

Ọwọ lori ikẹkọ

Jesu n pe awọn ọmọ-ẹhin Rẹ lati tẹle E ki wọn o si kọ ẹkọ awọn ọna Rẹ eyiti o ti ọdọ Baba Rẹ wa. Wọn lo ju ọdun mẹta lọ pẹlu Rẹ ti wọn si nlọ ibikibi ti O lọ, wọn si n ṣe ohun gbogbo ti O ṣe. Awọn ọmọlẹhin akọkọ mejila wọnyi jẹun papọ, rin irin-ajo papọ wọn si n sùn pọ. Wọn ri Jesu ti ngbadura, wọn gbọ Ọ ti o nkọni, wọn rii ti O sọkun, wọn si ri I ti O n rẹrin. O fi aṣẹ fun wọn o si bawọn wi. O kọ wọn lati ṣe ohun ti O ṣe, lati mu oniruuru arun sàn, lé awọn ẹmi èṣu jade ati lati waasu nipa Ijọba Ọrun.

Jesu rán awọn ọmọ-ẹhin Rẹ jade lati ṣe bi Oun ti ṣe

Ni ọjọ kan, lẹhin igbati wọn ti wa pẹlu Jesu fun igba diẹ, O ran wọn jade lati bẹrẹ si kede iṣẹ-iranṣẹ kanna ti wọn ti kọ lati ọdọ Rẹ. Wọn lọ wọn si n wo awọn alaisan sàn, wọn n le awọn ẹmi èṣù jade, wọn si n gbẹkẹle Ọlọrun nikan fun Un lati pese gbogbo ohun ti wọn nilo bi wọn ṣe nlọ. Awọn iṣẹ iyanu kanna ti Jesu ṣe, nwọn ṣe é. Wọn waasu iṣẹ-iranṣẹ kanna pẹlu awọn abajade kanna. Awọn ọmọ-ẹhin yọ̀ gidigidi pe awọn eniyan di mímú láradá ati paapaa awọn ẹmi èṣù jẹ titẹriba fun wọn. Jesu sọ fun wọn pe ohun ti wọn nilo lati ni idunnu nipa rẹ ni pe a kọ orukọ wọn sinu iwe iye.

Jesu yan awọn ọmọ-ẹhin Rẹ ṣaaju ki O to lọ lati de gbogbo agbaye pẹlu iṣẹ-iranṣẹ yii.

Nigba ti Jesu mọ pe o kù dèdè ti a o kan Oun mọ agbelebu, O gbe iṣẹ le awọn ọmọ-ẹhin Rẹ lọwọ; O sọ fun wọn pe ki wọn jade lọ ki wọn o si lọ sọ di ọmọ-ẹhin ni gbogbo awọn orilẹ-ede ti o yi wọn ka. O sọ fun awọn ọmọ-ẹhin Rẹ lati kọ wọn ni gbogbo ohun ti Oun ti kọ wọn.

Jesu sọ fun wọn pe awọn ọmọ-ẹhin wọn yoo ṣe awọn iṣẹ iyanu kanna wọno si maa kọ iṣẹ-iranṣẹ kanna.

O sọ pe awọn ti o gbagbọ ọrọ wọn gbọ yoo wo awọn alaisan sàn pẹlu, wọn o ji òkú dide, wọn o si lé awọn ẹmi eṣu jade. Wọn kii yoo bẹru awọn ohun ti o n mu iku wa nitori a ki yoo pawọnlara. Maku 16:16-17 Jesu ti fi aṣẹ Rẹ fun awọn ọmọ-ẹhin Rẹ lati waasu, mu larada ati lati gbala; ṣugbọn nigbana O gbe iṣẹ le awọn ọmọ-ẹhin naa lọwọ lati "kọ́" awọn miiran lati ṣe awọn ohun yii kanna.

O pe wọn ni ọmọ-ẹhin Rẹ, O pe wọn ni ọrẹ Rẹ ati lẹhinna o pe wọn ni arakunrin Rẹ.

Otitọ iyanu naa ni pe kii ṣe pe a pe wa lati jẹ ọmọlẹyìn nikan ṣugbọn a pe wa lati jẹ ọmọ Ọlọrun. Ọ̀kan ninu ẹbí. Arakunrin wa ni Jesu. A gba wa nipaṣẹ Ọlọrun Baba wa nitori Jesu ṣi ọna naa.

"Ọ̀rẹ́ mi li ẹyin i ṣẹ, bi ẹ ba ṣe ohun ti emi palaṣẹ fun yin" Johannu 15:14

Paul, ẹniti ko pade Jesu gangan ri sọ pe, "Tẹle mi bi Emi ti n tẹle Kristi"

Ka 1 Korinti 3:6-21. Nibi, Paul rọ awọn eniyan lati ma ṣe atẹle awọn olori eniyan bi aye ti n ṣe. Olorun fi awọn adari eniyan fun wa lati darí awọn eniyan si ọdọ Ọlọrun Baba. Nigbana ni Paulu rọ wa pe, "Gẹgẹ bi Kristiẹni, ẹ maṣe fi eniyan se ìyangn ati ohun ti wọn le è ṣe. Ohun gbogbo ni tirẹ. " (1 Korinti 3:21) Paulu tun kilọ fun awọn oludari eniyan lati ṣọra ohun ti wọn n kọ sori ipilẹ ti i ṣe Kristi Jesu. Paulu lẹhinna sọ ninu ẹsẹ 23 "Ẹyin si ni ti Kristi; Kristi si ni ti Ọlọrun."

Paulu kọwe pe eyi ni bi o ṣe yẹ ki ẹ maa wo awọn eniyan to jẹ adari Kristiẹni:

- Iranṣẹ Kristi ni wọn
- A ti fun wọn ni oye nipa Otitọ Ọlọrun
- Wọn jẹ iriju ti Awọn ohun ijinlẹ ti Ọlọrun ti fun wọn lati fifun awọn miiran
- A n reti lati ọdọ wọn lati jẹ olotitọ lati sin awọn ọmọlẹhin Kristi (wo 1 Korinti 4:2)
- Ọlọrun mọ awọn idi ati ero ti o wa ni ọkan wọn (wo 1 Korinti 4: 5)
- A o da wọn lẹjọ nipasẹ awọn iwuri inu wọn. (tun wo 1 Korinti 4: 5)
- O yẹ ki wọn dabi bi Baba ni kii ṣe bi Olukọni lasan. "O le ni 10,000 awọn olukọni Kristiẹni. Ṣugbọn ranti, Emi nikan ni baba ti ẹ ni. Ẹ di Kristiẹni nigbati mo waasu Ihinrere fun yin." 1 Korinti 4:15
- Igbesi aye wọn yẹ ki o wa ni ibamu pẹlu awọn ẹkọ wọn nibikibi ti wọn ba lọ. Wo 1 Korinti 4:17.

Majẹmu Lailai

Jije ọmọ-ẹhin Ọlọrun ko ṣeṣe bẹrẹ ni Majẹmu Tuntun. Awọn iwe Majẹmu Lailai ṣe akọsilẹ itan awọn eniyan ti o jẹ apẹrẹ rere ati apẹẹrẹ buburu fun wa.

Ọlọrun sọ awọn ọrọ to banininujẹ yii gangan nipa Ọba Saulu. "O ti yipada kuro ni **titẹle** Mi." 1 Samuẹli 15:10-11. Ọlọrun sọ ni pataki, "nitori ti o ti yipada lati tẹle mi Mo ti kọ ọ bi, Mo si kaanu pe mo fi ṣe olori awọn eniyan mi ri". Pẹlu agbara eniyan nikan ko si eni ti o ni ẹtọ lati darí awọn agutan Rẹ, **tirẹ ni wọn,** Oun si ni Oluṣọ-agutan Rere. **A ko le dari ayafi ti a ba n tẹle tikalarawa, ti a n gbigbọ ti a si n gbọ́ràn.**

Lakoko ti Mose n ṣe itọsọna awọn eniyan ni aginju, wọn ni àpótí-ẹri majẹmu, aami iwapẹlu Rẹ, ni aarin gungun ibùdó. Awọsanmọ iwapẹlu Rẹ wa loke ọrun ni ọsan ati ọwọn ina ni oru. Nigbati o to akoko fun wọn lati lọ si aaye titun awọsanmọ yoo gbe soke gbogbo wọn yoo si mura lati lọ. Wọn tẹle awọsanmọ naa. Eyi ni **aabo ati itọsọna** wọn. Eyi jẹ oriṣi awọn onigbagbọ ti Ẹmí n dari loni. Awọn orilẹ-ede miiran bẹru lati kọlu wọn nitori ogo naa. Loni awọn onigbagbọ gbọdọ maa jẹ didari nipasẹ Ẹmí Ọlọrun Romu 8:14

Apẹẹrẹ ti ẹnikan ti o tẹle, gbẹkẹle ti o si mu inu Ọlọrun dùn ni Kalẹbu. O jẹ ọkunrin ti o gbe igbesi aye rẹ pẹlu ilepa ati gbigba awọn ileri Ọlọrun gbọ botilẹjẹpe ọpọlọpọ awọn eniyan ti o wa ni ayika rẹ gba ara wọn laaye lati ṣiyemeji, kùn ati ṣe aigbọran. Númérì 32:11

Ṣugbọn Kalebu iranṣẹ mi, nitori oun **ni ẹmi ti o yatọ ati pe o ti tẹle mi ni kikun,** Emi o mu wọ ilẹ ti o lọ sinu rẹ (bi amí) ati awọn ọmọ rẹ **ni yoo ni i**." Númérì 14:24

Enọku naa ba Ọlọrun rin o si ba Ọlọrun sọrọ. O mọn ọn o si fẹran Rẹ, lẹhinna ni ọjọ kan "oun ko si mọn nitori Ọlọrun mun un". Jẹnẹsisi 5:22-24

Bawo ni o ṣe le tẹle Ọlọrun ti o ko le rii?

A n tẹle Iwe Mimọ. Awọn ofin ati ilana ti o han gbangba wa ninu Bibeli lati ṣe itọsọna ati ìdarí aye wa si ohun ti o tọ.

A n tẹle itọsọna ati ikọni Ẹmi Mimọ bi O ti n fun wa ni itọsọna ti ara wa ti o jẹ pato ti a ba ni ifura si I.

A n tẹle ẹkọ ti awọn oludari ẹmí wa ti Ọlọrun ti fi si igbesi aye wa fun ire wa.

A n tẹle awọn ti o ti lọ ṣaaju wa. A le mun awọn apẹẹrẹ lati ọdọ awọn eniyan ti Ọlọrun ti lo tagbaratagbara. A le ka awọn iwe wọn lati ni oye ọpọlọpọ awọn nkan nipa bi Ọlọrun ṣe ṣiṣẹ pẹlu wọn ki a si lo o fun aye wa tiwa.

Gẹgẹ bi Enọku, a le ba Ọlọrun rin funra wa. A le mọn Ọn a si le gbọ ohun rẹ. A le tẹle e ni gbogbo ọjọ aye wa. A le jẹ ọmọ-ẹhin Rẹ. A le jẹ ọmọ Rẹ. A le jẹ Ọrẹ Rẹ ti a ba gbọran si lẹnu. O jẹ ohun ti o maa n ṣelẹ laise ounkoun fun onígbàgbọ lati gbọ ohùn Ọlọrun ati ki o ni itọsọna nipasẹ irusoke ati rinrin Ẹmi Mimọ ti ngbe inu wọn.

Ohun kan ti o sunmo ọkan Ọlọrun Baba gidigidi ni ẹmi awọn ti Jesu ku fun. O fẹ ki a tọ wọn lọ ki a si sọ awọn ti yoo gba ọrọ wa gbọ di ọmọ-ẹhin.

Lọ, waasu, kọ ki o si baptisi ki o si sọ gbogbo orilẹ-ede di ọmọ-ẹhin. Matiu 28:19, Maku 16:15-16

AGBEYẸWO: LỌ SỌ DI ỌMỌ-ẸHIN

1. Kini ọmọ-ẹhin?
a. Apẹja eniyan
b. Alatẹle kan tabi akẹkọ olukọ kan tabi igbagbọ
d. Ọjọgbọn onimọn-ijinlẹ
e. Olukọni igbagbọ kan tabi imọ-jinlẹ kan

2. Idahun wo ni o dara julọ lati ṣe apejuwe ọmọ-ẹhin Jesu?
a. Ṣe ohun ti o wa ni ọkan rẹ
b. Tẹle awọn ala rẹ
d. Jẹ didara julọ ẹniti o le jẹ
e. Fi awọn ilepa tirẹ silẹ ki o le lepa Rẹ

3. Awọn ọmọ-ẹhin Jesu n kẹkọ
a. Lati jẹ eniyan to dara ni aye yii
b. Lati ṣe ohun ti O n ṣe ni aye yii
d. Lati jẹ apẹja
e. Lati di awọn oludari nla ni aye yii

4. Ta ni Jesu sọ pe o yẹ ki o ṣe awọn iṣẹ iyanu ki o si kọ iṣẹ-iranṣẹ Rẹ ni aye?
a. Awọn aposteli mejila nikan

b. Gbogbo awọn ti o rii nigba to wa laye ti wọn si fẹran iṣẹ-iranṣẹ Rẹ
d. Gbogbo awọn ti o gbagbọ
e. Ko si lara ti oke yi

5. Paulu, ẹniti o kọ pupọ julọ ninu Majẹmu Titun ko pade Jesu gangan ri
a. Bẹẹni
b. Bẹẹkọ

6. Jijẹ ọmọ-ẹhin Ọlọrun ṣẹṣẹ bẹrẹ ninu Majẹmu Titun ni.
a. Bẹẹni
b. Bẹẹkọ

7. A le ba Ọlọrun rin ni ti ara wa
a. Bẹẹni
b. Bẹẹkọ

8. A le tẹle Ọlọhun botilẹjẹpe a ko rii I, nipasẹ:
a. Titẹle awọn iwe-mimọ
b. Titẹle itọsọna Ẹmi Mimọ
d. Titẹle awọn oludari ẹmí to ni iwa-bi-Ọlọrun ati awọn ti o ti gbe igbe aye wọn ni titọ Ọlọrun lẹhin
e. Gbogbo eyi to wa loke yi

KỌKỌRỌ AGBEYẸWO

Tani Ọlọrun?

1. Bẹẹni
2. a. mọn, fẹ
3. ro, kuna, mọ, aworan
4. Bẹẹni
5. b. lóye ọna Rẹ ati awọn aṣẹ Rẹ
6. peelo, fifihan
7. Bẹẹni
8. Imọlẹ

Kini idi ti Ọlọrun Fi Da Eniyan?

1. d
2. b
3. a
4. e
5. a
6. a

Kíni Ẹ̀ṣẹ̀?

1. Bẹ́ẹ̀kọ́
2. saisan
3. gbọ́dọ̀, ere, fun, aworan, isalẹ̀
4. orukọ, Ọlọrun, lasan, aláìlẹ́ṣẹ̀
5. ranti, gbogbo, ṣe, wọn, ṣe, tẹle, iro
6. Bẹ́ẹ̀ni
7. Bẹ́ẹ̀kọ́
8. Bẹ́ẹ̀ni
9. Bẹ́ẹ̀ni
10. Bẹ́ẹ̀ni
11. d
12. àgbèrè, wọ̀bìà, irira, ibinu, asọ, àrankàn, imutipara, nṣe, nkan, bawọnni, jogún
13. da wa
14. 1 ati 2 ni bi a ṣe n ronupiwada

Tani Jesu?

1. Ọmọ
2. aye
3. eniyan, gba
4. àrúgbẹ̀hìn, ẹṣẹ
5. nrìn, oun, ìdàpọ̀, èjẹ, ńwẹ̀
6. Olugbala
7. agbara, ọmọ, gba
8. ara

Kíni Ironupiwada?

1. ṣẹ̀, kuna, ògo
2. e
3. Bẹẹkọ
4. Ibanujẹ, ṣiṣe
5. ronu
6. oninu-funfun, ri
7. sa, ìwọ́, ro, Ọlọrun, tọ, gbadura, idariji, igbesi-aye, tuntun

Kini Igbala?

1. gbigba
2. ẹṣẹ, ya, arọmọdọmọ
3. ẹṣẹ, ọrun-apadi, kọkọrọ, yà, gba
4. ninu, Kristi, ẹda, titun, kọja, lọ, titun
5. jẹwọ, Jesu, Oluwa, ọkàn, jii, gba
6. otitọ, imọlẹ
7. igbala, laaye, dari
8. nrìn, ẹjẹ, jijẹwọ
9. ṣubu kuro, ironupiwada, ọtun, dojutì

Kini Itẹbọmi Omi?

1. b. Itẹbọmi Omi
2. pa, ẹṣẹ, rọpo, tuntun
3. Bẹẹni
4. pàsípààrọ̀, ẹṣẹ, Tuntun
5. Bẹẹni
6. d. ẹnikẹni ti o ba gbagbọ pe Jesu jẹ ọmọ Ọlọrun pe o si ku fun awọn ẹṣẹ wa

Tani Ẹmi Mimọ?

1. e
2. a
3. d
4. Bẹẹni
5. e
6. Bẹẹni
7. Bẹẹni
8. Bẹẹni

Kini Baptismu ti Ẹmi Mimọ?

1. a
2. e
3. Bẹẹkọ
4. b
5. d
6. Bẹẹkọ
7. e

Lọ Sọ Di Ọmọ-ẹhin

1. b
2. e
3. b
4. d
5. Bẹẹni
6. Bẹẹkọ
7. Bẹẹkọ
8. e

ÌSE ÌDÁMỌ̀N

Ọpọlọpọ awọn eniyan lo ti dasi isẹ iwe yi. Ọpọlọpọ awọn òùnkọ̀wé ati awọn olootu, atu-fọnran-si-ọrọ ati awọn afededara. O ti gba ju ogoji ọdun lọ lati kọ iwe yi..

Adupẹ lọwọ awọn to ti:
1Kọrinti I 3:6-8
"Emi gbìn, Apollo bomirin; sugbọn Ọlọrun ni n mu ibisi wá. Njẹ kì í se ẹniti o ngbìn nkankan, bẹ̀ni kì í se ẹniti mbomirin; bikoṣe Ọlọrun ti o n mu ibisi wá. Njẹ ẹniti ngbìn, ati ẹniti n bomirin, ọkan ni wọn jasi: olukuluku yio si gba èrè tirẹ̀ gẹgẹ bi isẹ tirẹ̀."